മാർക്സിസം
ഒരു കൈപ്പുസ്തകം

marxism - oru kaippusthakam

•

prof. k n gangadharan

•

first edition
august 2003

•

fifth edition
april 2010

•

sixth edition
november 2017

•

typesetting & published
chintha publishers, thiruvananthapuram

•

•

cover
vasudeva bhattathiri

•

വിതരണം

ദേശാഭിമാനി ബുക്ക് ഹൗസ്

H O തിരുവനന്തപുരം–695 035
phone: 0471-2303026, 6063026
www.chinthapublishers.com
chinthapublishers@gmail.com

ബ്രാഞ്ചുകൾ

ഹെഡ്ഢാഫീസ് ബ്രാഞ്ച് കുന്നുകുഴി • സ്റ്റാച്യു തിരുവനന്തപുരം • കെ എസ് ആർ ടി സി ബസ് സ്റ്റേഷൻ ആലപ്പുഴ • കെ എസ് ആർ ടി സി ബസ് സ്റ്റേഷൻ എറണാകുളം • മച്ചിങ്ങൽ ലെയ്ൻ തൃശൂർ • ഐ ജി റോഡ് കോഴിക്കോട് • മാവൂർ റോഡ് കോഴിക്കോട് • എൻ ജി ഒ യൂണിയൻ ബിൽഡിങ് കണ്ണൂർ • സെൻട്രൽ ബസ് ടെർമിനൽ കോംപ്ലക്സ് താവക്കര കണ്ണൂർ

CR - 1781 / 4500
ISBN - 978-81-26201-10-5

മാർക്സിസം
ഒരു കൈപ്പുസ്തകം

പ്രൊഫ. കെ എൻ ഗംഗാധരൻ

ചിന്ത പബ്ലിഷേഴ്സ്
തിരുവനന്തപുരം-695 035

പ്രൊഫ. കെ എൻ ഗംഗാധരൻ

തൃശൂർ ജില്ലയിൽ കാടുകുറ്റി പഞ്ചായത്തിൽ കാതിക്കുടം വാർഡിൽ 1940 ജൂൺ 15 ന് ജനനം. അച്ഛൻ: കെ എസ് നാണു. അമ്മ: സി എസ് നാരായണി.

വാളൂർ എൻ എസ് എസ് ഹൈസ്കൂൾ, കാലടി ശ്രീശങ്കരാ കോളേജ്, തേവര സേക്രഡ് ഹാർട്ട് കോളേജ് എന്നിവിടങ്ങളിൽ വിദ്യാഭ്യാസം. കേരളത്തിലെ വിവിധ ഗവ. കോളേജുകളിൽ അദ്ധ്യാപകൻ. യൂണിവേഴ്സിറ്റി കോളേജിലെ സാമ്പത്തിക ശാസ്ത്ര വിഭാഗം തലവനും പ്രൊഫസറും. ആറ്റിങ്ങൽ ഗവ. കോളേജ് പ്രിൻസിപ്പലായി സർവ്വീസിൽനിന്നും വിരമിച്ചു. പുരോഗമന കലാസാഹിത്യ സംഘം സംസ്ഥാന നിർവ്വാഹകസമിതി അംഗം, പ്രൊഫ. ജോസഫ് മുണ്ടശ്ശേരി ഫൗണ്ടേഷൻ എക്സിക്യൂട്ടീവ് ഡയറക്ടർ, ഇ എം എസ് അക്കാദമി ഫാക്കൽറ്റി അംഗം, കെ എസ് എഫ് ഇ ഡയറക്ടർ ബോർഡ് അംഗം, സർവ്വവിജ്ഞാന കോശം ഗവേണിങ് കൗൺസിൽ അംഗം, ജില്ല ആസൂത്രണ സമിതി അംഗം, അയ്യൻകാളി നഗര തൊഴിലുറപ്പു പദ്ധതി സംസ്ഥാന കൗൺസിൽ അംഗം എന്നീ നിലകളിൽ പ്രവർത്തിക്കുന്നു.

മാർക്സിസം ഒരു കൈപ്പുസ്തകം, എന്താണ് ധനശാസ്ത്രം, ആസിയൻ കരാർ കർഷകർക്കു മരണ വാറണ്ട്, പ്രതിസന്ധികൾ ഒഴിയുന്നില്ല, മാർക്സിസ്റ്റ് പദാവലി, ആഗോളവല്ക്കരണത്തിന്റെ രണ്ടു പതിറ്റാണ്ട് എന്നിവയാണ് പ്രധാന കൃതികൾ. കൂടാതെ ആനുകാലികങ്ങളിൽ ലേഖനങ്ങൾ എഴുതി വരുന്നു.

ഭാര്യ : അഡ്വ. രുഗ്മിണി ഗംഗാധരൻ

മക്കൾ : കെ ജി സൂരജ്, ഡോ. കെ ജി ചാന്ദിനി

വിലാസം : കാരംവളപ്പിൽ
ബി–5, ചിത്രനഗർ
വട്ടിയൂർക്കാവ് പി ഒ
തിരുവനന്തപുരം – 695013

ഫോൺ : 9497811587, 0471–2361115

ഉള്ളടക്കം

മുഖവുര

കേവലം ഒരു ഗ്രന്ഥം രചിക്കുക എന്ന ആഗ്രഹത്തിന്റെ പൂർത്തീകരണമല്ല ഈ കൈപ്പുസ്തകം. ജനങ്ങളെ – കമ്യൂണിസ്റ്റ് പ്രവർത്തകരെയും അല്ലാത്തവരെയും – മാർക്സിയൻ സിദ്ധാന്തങ്ങളിൽ ഉറപ്പിച്ചു നിർത്തുക കാലഘട്ടം ഉയർത്തുന്ന വെല്ലുവിളിയാണ്. മാർക്സിസം മാത്രമാണ് പാവപ്പെട്ടവരുടെ മോചനത്തിനുള്ള ഒരേയൊരു വിപ്ലവസിദ്ധാന്തം. സോഷ്യലിസ്റ്റ് വ്യവസ്ഥയുടെ തകർച്ച സൃഷ്ടിച്ച നൈരാശ്യവും മാർക്സിയൻസിദ്ധാന്തങ്ങൾ സംബന്ധിച്ച അറിവുകുറവും മാർക്സിസത്തെ സംബന്ധിച്ച ഗ്രന്ഥങ്ങളുടെ ആവശ്യകതയ്ക്ക് അടിവരയിടുന്നു.

പല മാർക്സിസ്റ്റ് ഗ്രന്ഥങ്ങളുടെയും പ്രശ്നം അവ താരതമ്യേന ദുർഗ്രഹങ്ങളാണെന്നതാണ്. അതേസമയം മാർക്സിസ്റ്റ് സഹയാത്രികരിൽ ഭൂരിഭാഗവും സാധാരണ ജനങ്ങളുമാണ്.

ഈ വക വിചാരങ്ങളാണ് *മാർക്സിസം ഒരു കൈപ്പുസ്തകം* എന്ന ഗ്രന്ഥത്തിന്റെ രചനയ്ക്ക് പ്രചോദനമായത്. ദുർഗ്രഹങ്ങളായ പദങ്ങളും പ്രയോഗങ്ങളും ഒഴിവാക്കി പരമാവധി ലളിതമായ ഭാഷയിലാണ് ഇത് എഴുതിയത്. പഠിക്കാനാഗ്രഹിക്കുന്നവർക്ക് ഈ സമീപനം പ്രയോജനപ്പെടും എന്നാണെന്റെ പൂർണ്ണമായ വിശ്വാസം.

ഈ ഗ്രന്ഥത്തിന്റെ ഏറ്റവും വലിയ പ്രത്യേകത പി ഗോവിന്ദപ്പിള്ള എഴുതിയ പ്രൗഢഗംഭീരമായ അവതാരികയാണ്. അതൊരു സ്വയം സമ്പൂർണ്ണലേഖനം കൂടിയാണ്. മാർക്സിയൻ സിദ്ധാന്തങ്ങളെക്കുറിച്ച് ഇത്രയേറെ അവഗാഹമുള്ള മറ്റൊരാൾ ഇന്ന് കേരളത്തിലില്ല. അദ്ദേഹത്തെയും അദ്ദേഹത്തിന്റെ അഭിപ്രായങ്ങളെയും ഞാൻ അങ്ങേയറ്റം വിലമതിക്കുന്നു. ഗ്രന്ഥത്തിന്റെ കരടുപ്രതി വായിച്ച് വിലപ്പെട്ട നിർദ്ദേശങ്ങൾ നൽകാനും അദ്ദേഹം സന്മനസ്സ് കാണിച്ചു. ബഹുമാനപ്പെട്ട പി ജിക്കു മുമ്പിൽ ഞാൻ നമ്രശിരസ്കനാകുന്നു.

പുസ്തകത്തിന്റെ കരടുരൂപം ഒന്നിലേറെ തവണ സുഹൃത്തുക്കളുടെ സദസ്സിൽ വായിച്ച് അവതരിപ്പിക്കുകയുണ്ടായി. അവർ ഉന്നയിച്ച കർശനമായ വിമർശനങ്ങളും ഭേദഗതികളും പൂർണ്ണമായും ഉൾക്കൊള്ളുന്നതാണ് അവസാനരൂപം. ആ സുഹൃത്തുക്കളോടുള്ള നിസ്സീമമായ കൃതജ്ഞത ഇവിടെ രേഖപ്പെടുത്തട്ടെ. പുസ്തകത്തിന്റെ അവസാനത്തെ രണ്ട് അദ്ധ്യായങ്ങൾ സമഗ്രമായി പരിഷ്കരിച്ചുകൊണ്ടാണ് ഈ പതിപ്പ് പുറത്തിറക്കുന്നത്.

ഈ കൈപ്പുസ്തകം ഞാൻ കേരളത്തിലെ തൊഴിലാളി–കർഷക–കർഷക തൊഴിലാളി സുഹൃത്തുക്കൾക്ക് മുമ്പിൽ ആദരപൂർവ്വം സമർപ്പിക്കുന്നു.

പ്രൊഫ. കെ എൻ ഗംഗാധരൻ

അവതാരിക

ബൗദ്ധികരംഗത്തെ പുതുചലനങ്ങൾ

പി ഗോവിന്ദപ്പിള്ള

പ്രൊഫസർ കെ എൻ ഗംഗാധരൻ വിദ്യാർത്ഥികളുടെ പ്രീതി നേടിയ സമർത്ഥനായ ഒരു സാമ്പത്തികശാസ്ത്ര അദ്ധ്യാപകനും സഹപ്രവർത്തകരുടെ സ്നേഹാദരങ്ങൾ സമ്പാദിച്ച സംഘടനാപ്രവർത്തകനും ആണ്. രാഷ്ട്രീയ പ്രവർത്തകർക്കും മറ്റു സാമൂഹ്യ സേവകർക്കും പരിശീലനം നല്കുന്നതിനുള്ള ക്ലാസുകൾ കൈകാര്യം ചെയ്യുന്നതിലും അദ്ദേഹം വൈദഗ്ദ്ധ്യം പ്രകടിപ്പിച്ചിട്ടുണ്ട്. അതുകൊണ്ട് മാർക്സിസം പഠിക്കാൻ ആഗ്രഹിക്കുന്നവർക്ക് ഒരു പാഠപുസ്തകവും പഠിപ്പിക്കുന്നവർക്ക് ഒരു അദ്ധ്യാപക സഹായിയും (ടീച്ചേഴ്സ് ഗൈഡ്) ആയി പ്രയോജനപ്പെടണം എന്ന് ഉദ്ദേശിച്ചിട്ടുള്ള ഈ ലഘുകൃതി ലളിതവും ആകർഷകവുമായി കണ്ടതിൽ എനിക്ക് ഒട്ടും വിസ്മയം തോന്നിയില്ല.

പാഠപുസ്തകങ്ങൾക്ക് ചില ചിട്ടകളും കണക്കുകളും, അദ്ധ്യാപകന്റെ സഹായത്തോടെ മാത്രം ഗ്രഹിക്കാൻ കഴിയുന്ന സാങ്കേതിക പദപ്രയോഗങ്ങളും (ടെർമിനോളജി, ജാർഗൺ) അനിവാര്യമാണ്. അതുകൊണ്ട് എത്ര ഇഷ്ടമുള്ള വിഷയമായാലും പാഠപുസ്തക ശൈലിയിൽ എഴുതപ്പെട്ടവ കൈയിൽ എടുക്കാൻ സാധാരണ വായനക്കാർ (ജനറൽ റീഡർ) മടിക്കും. എന്നാൽ ചിട്ടപ്രകാരമുള്ള പാഠപുസ്തകങ്ങൾപോലും, ഒരു വിഷയത്തെക്കുറിച്ച് മുന്നറിവുകളൊന്നും ഇല്ലാത്ത സാധാരണ വായനക്കാർക്ക് മനസ്സിലാകും വിധം എഴുതാൻ കഴിയുന്ന കൃതഹസ്തരുണ്ട്. സാധാരണ വായനക്കാർക്ക് ഒറ്റ വായനകൊണ്ടോ പരസഹായം ഇല്ലാതെയോ ഗ്രഹിക്കാൻ വിഷമമായ ഗഹനഗ്രന്ഥങ്ങൾ എഴുതിയിട്ടുള്ള മാർക്സും എംഗൽസും അവയോടൊപ്പം സാധാരണ വായനക്കാർക്ക് അനായാസം ഗ്രഹിക്കാൻ കഴിയുന്ന കൃതികളും ധാരാളം

എഴുതിയിട്ടുണ്ട്. മാർക്സും എംഗൽസും ചേർന്നെഴുതിയ *കമ്യൂണിസ്റ്റ് മാനിഫെസ്റ്റോ*, എംഗൽസ് എഴുതിയ *സോഷ്യലിസം: സാങ്കല്പികവും ശാസ്ത്രീയവും*, മാർക്സ് എഴുതിയ *കൂലി, വില, ലാഭം* മുതലായവ ഇവിടെ പരാമർശിച്ച ബാലപാഠ സദൃശമായ ലളിത ഗ്രന്ഥങ്ങളിൽപ്പെടുന്നു. 19–ാം നൂറ്റാണ്ടിലെ ചില സങ്കല്പനങ്ങളും പദപ്രയോഗങ്ങളും മുഖ്യ വിവാദനായകരുടെ അന്ന് നിലവിലിരുന്ന എതിർ വാദമുഖങ്ങളും ആയി വേണ്ടത്ര പരിചയം ഇല്ലാത്ത ഇന്നത്തെ തലമുറയ്ക്ക് ഈ ലളിതഗ്രന്ഥങ്ങളും അല്പം ചില പ്രതിബന്ധങ്ങൾ സൃഷ്ടിച്ചേക്കാമെന്ന വസ്തുത ഞാൻ മറക്കുന്നില്ല. ചെറിയ ഒരു ശ്രമംകൊണ്ട് പരിഹരിക്കാവുന്നതാണ് ഈ പ്രതിബന്ധങ്ങൾ. ബർട്രാണ്ട് റസ്സൽ, ഐസക്ക് അസിമോവ്, കാൾസാഗൻ, എച്ച് ജി വെൽസ്, സ്റ്റീഫൻ ജെ ഗൂൾഡ് മുതലായവർ ഗഹനമായ ഭൗതികശാസ്ത്രസമസ്യകൾപോലും സാധാരണക്കാർക്കുവേണ്ടി ലളിതമായി അവതരിപ്പിക്കുന്നത് കാണുക.

പ്രൊഫ. ഗംഗാധരനെ ഈ മഹാമതികളോട് താരതമ്യപ്പെടുത്തുന്നത് ശരിയായിരിക്കുകയില്ലെങ്കിലും അവരുടെ ഹൃദയംഗമമായ ആവിഷ്കാരശൈലി അദ്ദേഹം വശപ്പെടുത്തിയിട്ടുണ്ടെന്ന് ഈ ലഘുഗ്രന്ഥം തെളിയിക്കുന്നു. അതുകൊണ്ട് ഈ കൃതി നിശ്ചിത പദ്ധതിപ്രകാരം പഠിക്കാനും പഠിപ്പിക്കാനും ശ്രമിക്കുന്ന അദ്ധ്യേതാക്കൾക്കും അദ്ധ്യാപകർക്കും പുറമേ സാധാരണ വായനക്കാർക്ക്കൂടി അഭിഗമ്യമായിരിക്കുന്നു എന്നത് അഭിനന്ദനാർഹമായ കാര്യമാണ്.

പ്രൊഫ. ഗംഗാധരന്റെ, ആവിഷ്കാരശൈലിയെപ്പറ്റി വിശദീകരിച്ചതിനെത്തുടർന്ന് ആവിഷ്കൃതവിഷയംകൂടി പരാമർശിക്കേണ്ടിയിരിക്കുന്നു. മാർക്സിസവും അതിന്റെ ദർശനവും പ്രയോഗവും ആണല്ലോ ഈ കൃതിയുടെ വിഷയം. ഗംഗാധരൻ തുടക്കത്തിൽത്തന്നെ പറഞ്ഞുവയ്ക്കുന്നതുപോലെ, 1990–91 ലെ യൂറോപ്യൻ സോഷ്യലിസത്തിന്റെ തകർച്ചയ്ക്കുശേഷം മാർക്സിസത്തിന് ജനഹൃദയങ്ങളിൽ അപചയം സംഭവിച്ചിട്ടുണ്ട് എന്നതിൽ തർക്കമില്ല. ഈ തകർച്ചയോടുകൂടി മാർക്സിസത്തിന്റെയും അതിന്റെ വികസിതരൂപമായ മാർക്സിസം–ലെനിനിസത്തിന്റെയും എതിരാളികൾക്ക് ഊർജ്ജസ്വലത പൂർവ്വാധികം വർദ്ധിച്ചിട്ടുണ്ട്. ഈ വിഷയത്തെക്കുറിച്ച് അവഗാഹമോ പരിചയമോ ഇല്ലാത്ത ഉപരിപ്ലവബുദ്ധികളെ ഉദ്ദേശിച്ച് പിൻതിരിപ്പൻമാദ്ധ്യമങ്ങൾ ദിനംപ്രതിയെന്നോണം അച്ചടിച്ചും പ്രക്ഷേപണം ചെയ്തും വിടുന്ന വിടുവായത്തങ്ങൾക്ക് അതിരില്ല. ഈ മാർക്സിസ്റ്റ് വിരുദ്ധകോലാഹലങ്ങളിൽ കുടുങ്ങി സ്ഥലജലഭ്രമം അനുഭവപ്പെടുന്നവർ പുരോഗമനവാദികളുടെയും മാർക്സിസ്റ്റുകാരുടെയും ഇടയിൽ വിരളമല്ലതാനും. എന്നാൽ ആഗോളതലത്തിൽ ബൗദ്ധികരംഗത്തും കർമ്മരംഗങ്ങളിലും സംഭവിച്ചുകൊണ്ടിരിക്കുന്ന പുതിയ ചലനങ്ങൾ നിരീക്ഷിക്കുന്നവരെ അത്ഭുതപ്പെടുത്തുന്ന ഒരു പ്രതിഭാസമാണ് 21–ാം നൂറ്റാണ്ടോടുകൂടി മാർക്സിസത്തിന് കൈവന്നിരിക്കുന്ന പുത്തൻ ഉണർവും വ്യാപ്തിയും.

ഉദാഹരണത്തിന്, മാർക്സിസത്തിന്റെ മണലാരണ്യമായി പരിഗ

ണിക്കപ്പെടുന്ന വടക്കേ അമേരിക്കയിൽനിന്നും പടിഞ്ഞാറൻ യൂറോപ്പിൽനിന്നും ഇടതടവില്ലാതെ വന്നുകൊണ്ടിരിക്കുന്ന പുസ്തകപ്രവാഹം ഒന്ന് ശ്രദ്ധിച്ചുനോക്കൂ. കേരളത്തിൽത്തന്നെ ഇംഗ്ലീഷ് പുസ്തകങ്ങൾ വില്ക്കുന്ന ഡി സി ബുക്സ്, കോസ്മോ ബുക്സ്, പൈക്കോ, ചിന്ത പബ്ലിഷേഴ്സ്, ബുക്ക് മാർട്ട്, മോഡേൺ ബുക്ക് സെന്റർ, കറന്റ് ബുക്സ് തുടങ്ങിയവയിൽ ഏപ്പോഴെങ്കിലും ഒന്നുകയറി നോക്കുക. പാശ്ചാത്യ സർവ്വകലാശാലകളുടെ ആഭിമുഖ്യത്തിലും പ്രശസ്ത പ്രസാധകരുടെ കൈകാര്യകർതൃത്വത്തിലും എത്രയെത്ര പുസ്തകങ്ങളാണ് മാർക്സിസത്തെക്കുറിച്ച് ഇടതടവില്ലാതെവന്ന് ഷെൽഫുകളിൽ തിക്കിത്തിരക്കി സ്ഥാനംപിടിച്ചിരിക്കുന്നത്. തീർച്ചയായും ഇവയിൽ ചിലത് മാർക്സിസത്തിന്റെ അന്തഃസത്തയെ എതിർക്കുന്നവ തന്നെ. മറ്റ് ചിലവയാകട്ടെ ക്ലാസിക്കൽ മാർക്സിസ്റ്റ് സങ്കല്പങ്ങളും പ്രയോഗ പദ്ധതികളും അംഗീകരിക്കുന്നവർക്ക് യോജിക്കാൻ കഴിയാത്ത വാദങ്ങൾ ഉൾക്കൊള്ളുന്നവയും. പക്ഷേ, ഭൂരിപക്ഷവും ഒരുതരത്തിൽ അല്ലെങ്കിൽ മറ്റൊരുതരത്തിൽ മാർക്സിസത്തിന്റെ കാലഹരണപ്പെടാത്ത സത്യങ്ങളെ പ്രകീർത്തിക്കുന്നവയും സമകാലിക പ്രസക്തിയെ സമർത്ഥിക്കുന്നവയും ആണെന്ന് പറയാൻ മടിക്കേണ്ടതില്ല.

ഇക്കഴിഞ്ഞ ഏതാനും വർഷങ്ങളായി ആഗോളവല്ക്കരണത്തിനും സ്വകാര്യവല്ക്കരണത്തിനും ഇറാഖിനെതിരെ ആംഗ്ലോ-അമേരിക്കൻ ശക്തികൾ നടത്തിയ കടന്നാക്രമണത്തിനും എതിരെ ലോകമെങ്ങും നടന്നതും ഇപ്പോഴും തുടർന്നുവരുന്നതും ആയ പ്രതിഷേധപ്രകടനങ്ങളിൽ പങ്കെടുക്കുന്നവരിൽ ഭൂരിപക്ഷവും മാർക്സിസ്റ്റുകാരല്ല. പക്ഷേ, ഈ ലോകവ്യാപകമായ ജനകീയ പ്രകടനങ്ങളുടെ പുറകിൽ, നിലനില്ക്കുന്ന വ്യവസ്ഥയോടും അതിന്റെ അടിത്തറയായ മുതലാളിത്തത്തോടും ഉള്ള വർദ്ധിച്ചുവരുന്ന അസംതൃപ്തിയും എതിർപ്പുമാണ് പ്രകടമാകുന്നത്. സ്വാഭാവികമായും ഈ അസംതൃപ്തിക്കും എതിർപ്പിനും സൈദ്ധാന്തികമായ ന്യായീകരണങ്ങൾ കണ്ടെത്താനുള്ള പലരുടെയും ശ്രമം അവരെ മാർക്സിസത്തിലേക്കാണ് നയിക്കുന്നത്. അങ്ങനെ മാർക്സിസം എന്തെന്നറിയാനും ആധുനികകാല ദുരവസ്ഥയ്ക്ക് പരിഹാരം എന്തെന്ന് കണ്ടെത്താനും ഉള്ള വ്യാപകമായ ശ്രമം സാധാരണക്കാരിലും ധിഷണശാലികളിലും വളർന്നുവരുന്നു എന്ന വസ്തുത ഗ്രഹിച്ചിട്ടാകാം ലാഭമാത്രപ്രാണരായ ബൂർഷ്വാ പ്രസാധകർപോലും മാർക്സിസ്റ്റ് കൃതികൾ പ്രസിദ്ധീകരിക്കുന്നതിൽ പരസ്പരം മത്സരിക്കുന്നത്.

യൂറോപ്യൻ സോഷ്യലിസത്തിന്റെ തകർച്ചയ്ക്കുശേഷം ഇത്രവേഗം പ്രായോഗികതലത്തിലും ബൗദ്ധികമണ്ഡലത്തിലും മാർക്സിസത്തിന് ഇപ്രകാരം ഒരു പുത്തൻ ഉണർവ് സംഭവിക്കും എന്ന് മാർക്സിസ്റ്റ് സൈദ്ധാന്തികർപോലും കരുതിക്കാണുമോ എന്ന് സംശയം.

എന്നാൽ ഈ പുത്തൻ ഉണർവ് സോവിയറ്റ് തകർച്ചയ്ക്കുമുമ്പുണ്ടായിരുന്ന ശൈലിയിലേക്ക് മാർക്സിസത്തെ തിരിച്ചുകൊണ്ടുപോക

ലാണ് എന്ന് ധരിക്കുന്നത് അബദ്ധമാകും. യൂറോപ്യൻസോഷ്യലിസ്റ്റ് പരാജയത്തിന്റെ അനുഭവപാഠങ്ങൾ ഉൾക്കൊണ്ട് മാർക്സിസത്തെ കൂടുതൽ സമ്പുഷ്ടവും പ്രയോഗക്ഷമവും ആക്കേണ്ടതുണ്ട്. സോവിയറ്റ് തകർച്ചയെത്തുടർന്ന് 1992–ൽ ചെന്നൈയിൽ വെച്ച് ചേർന്ന സി പി ഐ (എം)ന്റെ പതിനാലാം കോൺഗ്രസ് അംഗീകരിച്ച പ്രത്യയശാസ്ത്ര പ്രമേയത്തിൽ ഇക്കാര്യം വിശദമായി ചർച്ച ചെയ്യുന്നുണ്ട്. യൂറോപ്യൻ സോഷ്യലിസത്തിന്റെ തകർച്ചയ്ക്ക് കാരണം സോഷ്യലിസത്തിന്റെയോ മാർക്സിസത്തിന്റെയോ അടിസ്ഥാന ദൗർബല്യങ്ങൾ അല്ലെന്നും അവ പ്രയോഗത്തിൽ വരുത്തുന്നതിൽ വന്നിട്ടുള്ള പോരായ്മകളാണെന്നും ആ പോരായ്മകൾ നികത്തി മാർക്സിസത്തെ പുതിയകാല പ്രശ്നങ്ങൾകൂടി ഉൾക്കൊള്ളിച്ച് സമ്പുഷ്ടമാക്കേണ്ടതുണ്ടെന്നും ചെന്നൈ പാർട്ടി കോൺഗ്രസ് വിലയിരുത്തി. സി പി ഐ (എം)ന് പുറമെ ഇന്ത്യയിലും ഇന്ത്യക്ക് പുറത്തും ഉള്ള പല മാർക്സിസ്റ്റ്–ലെനിനിസ്റ്റ് പാർട്ടികളും ചിന്തകരും ഇപ്രകാരം ആത്മവിമർശനം നടത്തി പുതിയ യുഗത്തിന് അനുസൃതമായ രീതിയിൽ മാർക്സിസത്തെ സമ്പുഷ്ടമാക്കുകയും വർഗ്ഗസമരങ്ങൾ നടത്തുകയും ചെയ്യുന്നു.

പക്ഷേ, ഈ യത്നത്തിൽ സംഭവിക്കാൻ ഇടയുള്ള ഒരു തെറ്റിനെതിരെ ജാഗ്രത പുലർത്തേണ്ടതുണ്ട്. 'കുളിപ്പിച്ച വെള്ളം തൊടിയിലേക്ക് ഒഴിച്ചു കളയുന്നതിനോടൊപ്പം കുട്ടിയേയും എറിഞ്ഞുകളയുക' എന്ന തെറ്റാണ് അത്. അതായത് തെറ്റുകൾ തിരുത്തുകയും പുത്തൻ ഘടകങ്ങൾ അനുഭവത്തിൽനിന്ന് എടുത്തുചേർത്ത് മാർക്സിസ്റ്റ് ചിന്തയെയും പ്രയോഗത്തെയും സമ്പുഷ്ടമാക്കുകയും ചെയ്യുമ്പോൾ സ്ഥാപകാചാര്യന്മാർ പഠിപ്പിച്ച അടിസ്ഥാനതത്ത്വങ്ങൾ–വർഗ്ഗസമരം, തൊഴിലാളിവർഗ്ഗവിപ്ലവം, തൊഴിലാളിവർഗ്ഗ പാർട്ടിയുടെ അനുപേക്ഷണീയത മുതലായവ – കൈമോശം വന്നുപോകരുത്. അത് സംഭവിച്ചാൽ മാർക്സിസ്റ്റ്–ലെനിനിസ്റ്റ് പാർട്ടി ഒരു റിവിഷനിസ്റ്റ് സോഷ്യൽ ഡമോക്രാറ്റിക് കക്ഷിയോ മിതവാദി കക്ഷിയോ ആയി തരം താഴും. അങ്ങനെ തരംതാഴുന്ന പാർട്ടിക്ക് സോഷ്യലിസ്റ്റ് വിപ്ലവം എന്ന ചരിത്രപരമായ ദൗത്യം നിർവ്വഹിക്കാൻ ആവുകയില്ല.

ഈ വീക്ഷണപ്രകാരമുള്ള പഠനത്തിനും പരിശീലനത്തിനും അദ്ധ്യാപനത്തിനും, വിജ്ഞാനദാഹികൾക്ക് പൊതുവായനയ്ക്കും ഉപകരിക്കുന്ന ഈ ലഘുകൃതി വായനക്കാർക്കായി അവതരിപ്പിച്ച് കൊള്ളുന്നു. പ്രൊഫ. കെ എൻ ഗംഗാധരനിൽനിന്ന് ഇനിയും ഇതുപോലുള്ള ഉത്തമ സംഭാവനകൾ പ്രതീക്ഷിച്ചുകൊണ്ട് അദ്ദേഹത്തെ അഭിനന്ദിക്കുകയും ചെയ്യുന്നു.

എ കെ ജി സെന്റർ
തിരുവനന്തപുരം

1

ആമുഖം

എന്താണ് മാർക്സിസം എന്ന് അറിയാമോ? അറിയാം എന്നാണ് ഉത്തരമെങ്കിൽ ദയവുചെയ്ത് പുസ്തകം മടക്കുക. കുറച്ചൊക്കെ അറിയാം അല്ലെങ്കിൽ അറിഞ്ഞുകൂടാ എന്നാണ് ഉത്തരമെങ്കിൽ, തീർച്ച യായും തുടർന്നുവായിക്കണം. മാർക്സിയൻ സിദ്ധാന്തങ്ങളും തത്ത്വ ങ്ങളും സംബന്ധിച്ച ധാരണയുണ്ടാക്കാൻ ഈ പുസ്തകം സഹായിക്കും.

സിദ്ധാന്തങ്ങൾ പ്രവർത്തനങ്ങൾക്കുള്ള വഴികാട്ടിയാണ്. അവ കൃത്യമായി മനസ്സിലാക്കിയാലേ ശരിയായ വഴിക്ക് മുന്നേറുവാൻ കഴിയൂ. സിദ്ധാന്തങ്ങൾ പഠിച്ച് പണ്ഡിതനായതുകൊണ്ട് കാര്യമായില്ല. പ്രയോഗം മർമ്മ പ്രധാനമാണ്. പ്രയോഗം കൂടാതെയുള്ള സിദ്ധാന്തം കുടത്തിലെ വിളക്ക് പോലെയാണ്. ആർക്കുമില്ല പ്രയോജനം. സിദ്ധാന്തവും പ്രയോ ഗവും ഒരു നാണയത്തിന്റെ രണ്ടു വശങ്ങളാണ് എന്നോർമ്മിക്കണം. സിദ്ധാന്തമില്ലാത്ത പ്രയോഗം അന്ധമാണ്. പ്രയോഗം കൂടാതെയുള്ള സിദ്ധാന്തം വന്ധ്യവും.

എന്തിനാണ് സിദ്ധാന്തങ്ങൾ പഠിക്കുന്നതും സ്വീകരിക്കുന്നതും എന്നല്ലേ? പറയാം.

തകർന്നത് സോഷ്യലിസത്തിന്റെ പ്രതീകം മാർക്സിസം പ്രസക്തമായി തുടരുന്നു

ഏവരും സന്തോഷത്തിലും സമാധാനത്തിലും പരസ്പര സ്നേഹ ത്തിലും വർത്തിക്കുന്ന ഒരു കമ്യൂണിസ്റ്റ് സമൂഹം സാദ്ധ്യമാണ്. അത്ത രമൊരു സമൂഹം ചരിത്രപരമായി വികസിച്ചുവരുകതന്നെ ചെയ്യും. ഉള്ളവരും ഇല്ലാത്തവരും തമ്മിൽ ഭേദമില്ലാത്ത, മനുഷ്യൻ മനുഷ്യനെ

ചൂഷണം ചെയ്യാത്ത, സമൂഹമാണ് കമ്യൂണിസം. സമത്വവും സമൃദ്ധിയുമാണ് അതിന്റെ ആണിക്കല്ലുകൾ. എല്ലാവരും അദ്ധ്വാനിക്കുകയും എല്ലാവർക്കും ആവശ്യത്തിനനുസരിച്ച് ജീവിത സൗകര്യങ്ങൾ ലഭിക്കുകയും ചെയ്യുന്ന ഉയർന്ന സാമൂഹ്യ വ്യവസ്ഥയാണത്. കമ്യൂണിസത്തിന്റെ പൂർവ്വ വ്യവസ്ഥയാണ് സോഷ്യലിസം. സോഷ്യലിസ്റ്റ് നിർമ്മാണ പ്രക്രിയയിൽ സോവിയറ്റ് യൂണിയൻ ഗംഭീരമായ പുരോഗതി കൈവരിച്ചിരുന്നു.

സമത്വവും പുരോഗതിയും ആഗ്രഹിക്കുന്നവരെ സോവിയറ്റ് യൂണിയന്റെ ഉദയവും വളർച്ചയും ആവേശം കൊള്ളിച്ചിരുന്നു. അമേരിക്ക നാനൂറുവർഷം കൊണ്ടുനേടിയ നേട്ടങ്ങൾ റഷ്യ നാല്പതു വർഷം കൊണ്ടു കൈവരിച്ചു, ലോകത്തിലെ ഒന്നാംകിട സാമ്പത്തിക രാഷ്ട്രീയ ശക്തിയായി. എല്ലാവർക്കും ഭക്ഷണം, പാർപ്പിടം, തൊഴിൽ, ജീവിത സുരക്ഷിതത്ത്വം എന്നിവ ഉറപ്പാക്കി. പക്ഷേ, സോവിയറ്റ് വ്യവസ്ഥയും കിഴക്കൻ യുറോപ്യൻ രാജ്യങ്ങളിലെ സോഷ്യലിസ്റ്റു വ്യവസ്ഥകളും തകർന്നു. ആ സംഭവഗതികൾ പുരോഗമന ചിന്താഗതിക്കാരെ ഏറെ നിരാശരാക്കി. മാർക്സിസത്തെ നിരന്തരം എതിർത്തു പോന്നവർ കൂടുതൽ ഊർജ്ജസ്വലരുമായി. മാർക്സും എംഗൽസും ചേർന്ന് രചിച്ച *കമ്യൂണിസ്റ്റ് മാനിഫെസ്റ്റോ* (1848) പുറത്തുവന്നനാൾ മുതൽ, ബൂർഷ്വാ ചിന്തകർ, മാർക്സിസത്തെ വിമർശിച്ച് നശിപ്പിക്കാൻ കിണഞ്ഞു ശ്രമിക്കുകയായിരുന്നു. പലയാവർത്തി വിമർശിച്ചും അവഗണിച്ചും മാർക്സിസത്തിന് പ്രസക്തി ഇല്ല എന്ന് വരുത്താൻ അവർ നോക്കിയിട്ടുണ്ട്. പക്ഷേ, എത്രമേൽ വിമർശിച്ചിട്ടും മാർക്സിസം നാൾതോറും പ്രസക്തിയുള്ള തൊഴിലാളിവർഗ്ഗ പ്രത്യയശാസ്ത്രമായി വളർന്നു കൊണ്ടിരിക്കുന്നു. അപ്പോൾ സോവിയറ്റ് യൂണിയന്റെ തകർച്ചയോ എന്നു ചോദിക്കാം. അത് മാർക്സിസത്തിനേറ്റ തിരിച്ചടിയല്ലേ എന്നു ചിന്തിക്കുന്നവർ കുറവല്ല. '*അൻപേശിവം*' എന്ന തമിഴ് സിനിമയിൽ ഒരു സുഹൃത്ത് പരിതപിക്കുന്നുണ്ട്: "എല്ലാം പോയില്ലേ സഖാവേ, സോവിയറ്റ് യൂണിയനും തകർന്നില്ലേ.'' അപ്പോൾ സഖാവിന്റെ മറുപടി ഇങ്ങനെ: "ഷാജഹാൻ ചക്രവർത്തിക്കു മുംതാസ് രാജ്ഞിയോടുള്ള അതിരറ്റ പ്രേമത്തിന്റെ പ്രതീകമാണ് താജ്മഹൽ. ആ മനോഹര സൗധം തകർന്നാൽ, പ്രേമം തന്നെ ഈ ലോകത്തുനിന്നും അപ്രത്യക്ഷമായി എന്നാണോ?" നമുക്കും ആ സഖാവിനോട് ചേർന്ന് ഇങ്ങനെ ഉറപ്പിച്ച് പറയാം: മാർക്സിസം ഒരിക്കലും അപ്രസക്തമാവുകയില്ല. തകർന്നത് സോഷ്യലിസത്തിന്റെ പ്രതീകം മാത്രമാണ്. തകർച്ചയ്ക്ക് കാരണമായ ദൗർബല്യങ്ങൾ പരിഹരിച്ച് സോഷ്യലിസത്തെ ശക്തിപ്പെടുത്താൻ കഴിയുമായിരുന്നു. അതുണ്ടായില്ല. തകർച്ചയുമുണ്ടായി. ചൈനയും ക്യൂബയുമെല്ലാം സോഷ്യലിസ്റ്റ് രാജ്യങ്ങളായി തുടരുന്നുണ്ടല്ലൊ. അവ അങ്ങനെ തുടരുന്നതുകൊണ്ടാണ് മാർക്സിസം

പ്രസക്തമാവുന്നത് എന്നല്ല അർത്ഥം. അവയും തകർന്നു എന്നു തന്നെ കരുതുക. എന്നാലും മാർക്സിസം പ്രസക്തമായി തുടരും.

കാരണം വിശദീകരിക്കുക എളുപ്പമാണ്.

നമുക്കു ചുറ്റുമുള്ള പ്രകൃതിയിലേക്കും സമൂഹത്തിലേക്കും ഒന്നു കണ്ണോടിച്ചു നോക്കൂ. അവയിലെ ഓരോ പ്രതിഭാസത്തെയും ശ്രദ്ധിച്ചു നോക്കൂ. പ്രകൃതിയെയും സമൂഹത്തെയും പ്രതിഭാസങ്ങളെയും ഒരുപോലെ വലയം ചെയ്യുന്ന പൊതുസവിശേഷതയെന്താണ്? കണിശമായും അവയെല്ലാം നിരന്തരം മാറിക്കൊണ്ടിരിക്കുകയാണ്. യാതൊന്നും നിശ്ചലമായി നില്ക്കുന്നില്ല. പരമാണുക്കൾ പോലും! എല്ലാം ചലിച്ചുകൊണ്ടിരിക്കുന്നു; മാറിക്കൊണ്ടിരിക്കുന്നു, വളർന്നുകൊണ്ടിരിക്കുന്നു.

വീട്ടുമുറ്റത്തെ ചെടികളും വീട്ടുപറമ്പിലെ വൃക്ഷങ്ങളും ശാശ്വതമായി നില്ക്കുന്നുണ്ടോ? ഇല്ല. അവ ജന്മം കൊള്ളുന്നു, വളരുന്നു, നശിക്കുന്നു. പിന്നെയും പുതിയവ ജനിക്കുന്നു. വളരുകയും നശിക്കുകയും ചെയ്യുന്നു. സ്വന്തം ശരീരം തന്നെ നോക്കാം. അത് വളരുകതന്നെയാണ്. വളരുക മാത്രമല്ല നശിക്കുകയുമാണ്. പഴയ കോശങ്ങൾ അപ്രത്യക്ഷമാകുന്നു. പുതിയ കോശങ്ങൾ പ്രത്യക്ഷപ്പെടുന്നു. വീണ്ടും ആ പ്രക്രിയ ആവർത്തിക്കുന്നു. മനുഷ്യരും ഇതുപോലെതന്നെ. കല്പാന്തകാലം ആരും ജീവിക്കുകയില്ല. പ്രകൃതി നിയമമമമാണത്. സമൂഹത്തിന്റെ ചലനനിയമവും ഇതുതന്നെ. അടിമകളുടെ ഉടമകൾ കരുതിയിരുന്നു തങ്ങളുടെ തേർവാഴ്ച അനവരതം തുടരുമെന്ന്. ആ വ്യവസ്ഥ തകർന്നു തരിപ്പണമായി. ഫ്യൂഡൽ പ്രഭുക്കളും അങ്ങനെ മോഹിച്ചു. ആ വ്യവസ്ഥയെ നിഷേധിച്ച് പുതിയ വ്യവസ്ഥ ഉദയം ചെയ്തു. തുടർന്നു നിലവിൽവന്ന മുതലാളിത്തത്തെ നിഷേധിച്ച് സോഷ്യലിസം ജന്മം കൊണ്ടു. ആശയങ്ങളുടെ കാര്യവും ഇങ്ങനെതന്നെ. പഴയ ആശയങ്ങൾ പുതിയവയ്ക്കു വഴിമാറുന്നു. വീണ്ടും അവ നശിച്ച് ഇനിയും പുതിയവയുണ്ടാകുന്നു. ശാസ്ത്രവും കലയും സാഹിത്യവുമെല്ലാം ഈ പൊതുനിയമത്തിനു വിധേയമാണ്. രാജഭരണം പോയി. കൂട്ടുകുടുംബവ്യവസ്ഥ തകർന്നു. അങ്ങനെ എന്തെല്ലാം എന്തെല്ലാം മാറ്റങ്ങൾ! എന്തെല്ലാം അവസാനിച്ചാലും മാറ്റങ്ങൾക്ക് അവസാനമില്ല. അതൊരു തുടർച്ചയാണ്. നിരന്തര പ്രക്രിയയാണ്.

എന്താണ് ഈ മാറ്റങ്ങളുടെ നിയമം? മറ്റൊരു തരത്തിൽ ചോദിച്ചാൽ എന്താണ് മാറ്റങ്ങളുടെ കാരണം, അടിത്തറ? ഉത്തരം ഒരു മറുചോദ്യമായി ഉന്നയിക്കാം. ഒരു ആശയത്തിൽ, വൈരുദ്ധ്യങ്ങളൊന്നുമില്ലെങ്കിലോ? ഒരു സാമൂഹ്യ വ്യവസ്ഥയിൽ വൈരുദ്ധ്യങ്ങളില്ലെങ്കിലോ? ഒരു പ്രതിഭാസത്തിൽ വൈരുദ്ധ്യങ്ങളില്ലെങ്കിലോ? പഴയ ആശയവും വ്യവസ്ഥയും പ്രതിഭാസവും മാറാതെ, തുടർച്ചയായി, നിലനില്ക്കും. പക്ഷേ, അങ്ങനെ നിലനില്ക്കുന്നില്ലല്ലോ. അപ്പോൾ പിന്നെ മാറ്റങ്ങളുടെ

അടിസ്ഥാനം വൈരുദ്ധ്യങ്ങളും അവ തമ്മിലെ സംഘട്ടനവുമാണ് എന്നു വരുന്നു. വൈരുദ്ധ്യങ്ങളില്ലെങ്കിൽ ഏറ്റമുട്ടലില്ല; ഏറ്റുമുട്ടലില്ലെങ്കിൽ ചലനമില്ല, മാറ്റമില്ല, മാറ്റമില്ലെങ്കിൽ വളർച്ചയുമില്ല. എല്ലാം ജീർണ്ണം, എല്ലാം ചേതനയറ്റത്.

പ്രകൃതിയും സമൂഹവും വൈരുദ്ധ്യങ്ങളുടെ കലവറയാണ്. വൈരുദ്ധ്യങ്ങളുടെ സംഘട്ടനമാണ് മാറ്റത്തിനു കാരണം, അടിസ്ഥാനം. വളർച്ച എന്നുപറയുന്നത് പഴയതിനെ നിഷേധിച്ച് പുതിയവ ജന്മം കൊള്ളലാണ്. അടിമവ്യവസ്ഥയിൽ, അടിമകളും ഉടമകളും തമ്മിലെ വൈരുദ്ധ്യങ്ങൾ ആ വ്യവസ്ഥയുടെ നാശം ഉറപ്പാക്കി. ഫ്യൂഡൽ വ്യവസ്ഥയിൽ ഭൂപ്രഭുക്കളും കുടിയാന്മാരും തമ്മിലുള്ള വൈരുദ്ധ്യവും സംഘട്ടനവും ആ വ്യവസ്ഥയെയും തകർത്തു. പുതിയ, കൂടുതൽ വളർന്ന, മുതലാളിത്തമുണ്ടായി. ആ വ്യവസ്ഥയെയും കാത്തിരിക്കുന്നത് അനിവാര്യമായ തകർച്ചയാണ്. കാരണം പരിഹരിക്കാൻ കഴിയാത്ത വൈരുദ്ധ്യങ്ങളുടെ കൂടാരമാണ് മുതലാളിത്തം. സോഷ്യലിസത്തിന്റേത് പരിഹരിക്കാൻ കഴിയുന്ന വൈരുദ്ധ്യങ്ങളാണ് എന്ന പ്രത്യേകതയുണ്ട്. പക്ഷേ പരിഹരിച്ചില്ലെങ്കിലോ? അതാണ് സോവിയറ്റ് യൂണിയൻ നല്കുന്ന പാഠം. മുതലാളിത്തത്തിന്റേത് അനിവാര്യവും സ്വാഭാവികവുമായ തകർച്ചയാണെങ്കിൽ സോവിയറ്റ് യൂണിയന്റേത് ഒഴിവാക്കാൻ കഴിയുമായിരുന്ന തകർച്ചയാണ്.

വൈരുദ്ധ്യങ്ങളുടെ സംഘട്ടനവും ചലനവുമാണ് പ്രപഞ്ചത്തിന്റെയും സമൂഹത്തിന്റെയും അടിസ്ഥാന സ്വഭാവം. മാറ്റത്തിന്റെയും വളർച്ചയുടെയും കാതൽ വൈരുദ്ധ്യാത്മകതയാണ്. ഇതാണ് മാർക്സിസത്തിന്റെ അടിസ്ഥാനപ്രമാണം. സോവിയറ്റ് യൂണിയന്റെ തകർച്ചയിൽ വേവലാതിപ്പെടുന്നവരും സന്തോഷിക്കുന്നവരും ഒരുപോലെ, മുൻവ്യവസ്ഥകൾ വൈരുദ്ധ്യങ്ങളുടെ ഏറ്റുമുട്ടലിൽ തകർന്നതും മുതലാളിത്തത്തിൽ വൈരുദ്ധ്യങ്ങൾ മൂർച്ഛിക്കുന്നതും കാണുന്നില്ല. വളർച്ചയുടെ ചലന നിയമങ്ങളെ അറിയുന്നില്ല.

മാർക്സിസം വൈരുദ്ധ്യാത്മക ഭൗതികവാദമാണ്

രണ്ടുപേർ തമ്മിൽ സ്പർദ്ധയുണ്ടെങ്കിൽ അവർ തമ്മിൽ വൈരുദ്ധ്യമുണ്ട് എന്നു സാധാരണ പറയാറുണ്ട്. ആ അർത്ഥത്തിലേ അല്ല വൈരുദ്ധ്യാത്മകത എന്നു പ്രയോഗിക്കുന്നത്. വൈരുദ്ധ്യാത്മകത ഒരു പ്രകൃതിനിയമമാണ്. ശാസ്ത്ര സത്യമാണ്.

ഭൗതികവാദമെന്നാൽ ഭൗതിക സുഖങ്ങൾക്കു പ്രാധാന്യം കൊടുക്കൽ എന്നല്ല അർത്ഥം. ഭൗതികമാണ് പ്രാഥമികം. ആശയങ്ങൾ രണ്ടാമതാണ് എന്നതാണ് ഭൗതികവാദത്തിന്റെ കാതൽ. ആശയ വാദത്തെ (ആശയങ്ങളാണ് പ്രധാനമെന്ന്) നിഷേധിക്കുന്നുവെങ്കിലും, ഭൗതികവാദം, ആശയങ്ങളുടെ പ്രസക്തിയെയും ശക്തിയെയും തള്ളിക്കളയുന്നില്ല,

ആശയങ്ങളെല്ലാം ഭോഷ്ക് എന്ന നിലപാടില്ല. ഇക്കാര്യങ്ങളെല്ലാം തുടർന്നുള്ള അദ്ധ്യായങ്ങളിൽ വിശദമാക്കുന്നുണ്ട്.

മാർക്സിസത്തിന്റെ അടിസ്ഥാനം ശാസ്ത്രം, ചരിത്രം, തത്ത്വചിന്ത

ചിലർ തെറ്റായി ധരിച്ചിട്ടുള്ളത് മാർക്സിയൻ സിദ്ധാന്തങ്ങൾ കാൾ മാർക്സിന്റെ ബുദ്ധിയിൽനിന്നും ഉദിച്ചുയർന്നു എന്നാണ്. ഇതു പോലൊരു അബദ്ധധാരണവേറെയില്ല. മാർക്സും എംഗൽസും അമാനുഷരോ അതിമാനുഷരോ ആയിരുന്നില്ല. അവർ ലോകത്തിനുവേണ്ടി കുറെ സനാതനതത്ത്വങ്ങൾ വിളമ്പുകയുമായിരുന്നില്ല. തീർച്ചയായും മാർക്സും എംഗൽസും ബുദ്ധിശാലികളായിരുന്നു. പണ്ഡിതരുമായിരുന്നു. കാൾ മാർക്സ് തന്റെ ഇരുപത്തിമൂന്നാം വയസ്സിൽ ഡോക്ടറേറ്റ് ബിരുദം കരസ്ഥമാക്കി കഴിഞ്ഞിരുന്നു എന്നോർക്കണം. ഏതു വിഷയവും മാർക്സ് പഠന വിധേയമാക്കി. തത്ത്വശാസ്ത്രം, ചരിത്രം, സാമൂഹ്യശാസ്ത്രം, ജീവശാസ്ത്രം, ഭൗതികശാസ്ത്രം, സാമ്പത്തികശാസ്ത്രം, കല, സാഹിത്യം, അങ്ങനെ എന്തും. മാർക്സ് ഒരിക്കൽ ചൂണ്ടിക്കാട്ടിയതുപോലെ, സൈദ്ധാന്തിക ചിന്തയെ വികസിപ്പിക്കാനും, കുറ്റമറ്റതാക്കാനും, "ഇന്നോളമുള്ള മുഴുവൻ തത്ത്വശാസ്ത്രവും പഠിക്കുകയല്ലാതെ മറ്റൊരു മാർഗ്ഗവും ഇതുവരെ കണ്ടെത്തിയിട്ടില്ല." തത്ത്വശാസ്ത്രത്തെ മാർക്സ് എത്രത്തോളം ഉൾക്കൊണ്ടു എന്നതിന്റെ സൂചികയാണിത്. വർഷങ്ങളോളം ബ്രിട്ടനിലെ ലൈബ്രറി സമുച്ചയമായ ബ്രിട്ടീഷ് മ്യൂസിയത്തിൽ വായിച്ചും നോട്ടുകൾ തയ്യാറാക്കിയും അദ്ദേഹം കഴിഞ്ഞു. കൂടപ്പിറപ്പായി പിന്തുടർന്ന പട്ടിണിയും രോഗവും അദ്ദേഹത്തെ തളർത്തിയില്ല. വിവിധ രാജ്യങ്ങളിലെ സഹപ്രവർത്തകരുമായും കടുത്ത എതിരാളികളുമായും തീക്ഷ്ണമായ വാദ പ്രതിവാദങ്ങളിലും കൂടിയാലോചനകളിലും ഏർപ്പെട്ടു. വ്യവസായ വിപ്ലവത്തിന്റെ പരിതഃസ്ഥിതികളും ഫലങ്ങളും അദ്ദേഹം നിശിതമായി വിലയിരുത്തി. ലോകവിപ്ലവങ്ങളെ വിശദമായി പഠിച്ചു. സ്വയം വിപ്ലവപ്രവർത്തനങ്ങളിൽ വ്യാപൃതനായി. ചുരുക്കം പറഞ്ഞാൽ, നൂറ്റാണ്ടുകളുടെ സാമൂഹ്യ-രാഷ്ട്രീയ വികാസപരിണാമങ്ങളും ഭൗതിക-ജൈവശാസ്ത്രരംഗത്തെ നേട്ടങ്ങളും വിലയിരുത്തിയാണ് മാർക്സ് തന്റെ സിദ്ധാന്തങ്ങൾ ആവിഷ്കരിച്ചത്. ശാസ്ത്രബോധത്തിന്റെയും ചരിത്രബോധത്തിന്റെയും അതിശക്തമായ പിൻബലം മാർക്സിയൻ സിദ്ധാന്തങ്ങൾക്കു കരുത്തായി.

മാർക്സിനെയും (1818–1883) എംഗൽസിനെയും (1820–1895) ഗണ്യമായി സ്വാധീനിച്ച മൂന്നു ശാസ്ത്രീയ കണ്ടുപിടുത്തങ്ങൾ പ്രത്യേക പരാമർശം അർഹിക്കുന്നു. ചാൾസ് ഡാർവിന്റെ പരിണാമസിദ്ധാന്തമാണ് (1859) ഒരെണ്ണം. എല്ലാ ജീവജാലങ്ങളും വളരെ നീണ്ട പരിണാമ

പ്രക്രിയയിലൂടെ കടന്നാണ് ഇന്നത്തെ രൂപത്തിൽ എത്തിയത്. അതേ പരിണാമ ദശകളിലൂടെ കടന്നാണ് കുരങ്ങുണ്ടായതും കുരങ്ങ് മനുഷ്യനായി രൂപാന്തരം പ്രാപിച്ചതും. മനുഷ്യനെ ആരും സൃഷ്ടിച്ചതല്ല. അതീവ ലളിതമായതിൽനിന്നും സങ്കീർണ്ണമായതിലേക്കാണ് വളർച്ച. അതേപോലെ താഴെത്തട്ടിൽനിന്നും ഉയർന്ന തലത്തിലേക്കാണ് വളർച്ച. പരിണാമം അണമുറിയാത്ത പ്രക്രിയയാണ്. നിലവിലുള്ളതിനെ നിഷേധിച്ചാണ് പുതിയത് രൂപം കൊള്ളുന്നത്. ഡാർവിന്റെ പരിണാമസിദ്ധാന്തം വൈരുദ്ധ്യാത്മകവാദത്തിന് അടിവരയിട്ടു. മറ്റൊരു ശാസ്ത്രീയ കണ്ടുപിടുത്തം – കോശഘടനാ സിദ്ധാന്തം (1838–39) – വൈരുദ്ധ്യാത്മക വാദത്തിനു തെളിവായി. ചെടികളുടെയും ജന്തുക്കളുടെയും അടിസ്ഥാനഘടന ജീവകോശങ്ങളാണ് എന്നു സ്ഥാപിക്കപ്പെട്ടതോടെ ചെടികളും ജന്തുക്കളും തമ്മിലെ കൃത്രിമ വിഭജനം അപ്രസക്തമായി. ജീവലോകത്തിന്റെ പൊതുസ്വഭാവം വിശദമാക്കി. കോശങ്ങളുടെ നാശവും ജനനവും വൈരുദ്ധ്യാത്മക വാദത്തിനു തെളിവായി. ഊർജ്ജസിദ്ധാന്തം (1842–47) ചൂട്, വെളിച്ചം, വൈദ്യുതി, യന്ത്രശക്തി തുടങ്ങിയവ ഊർജ്ജത്തിന്റെ വിവിധ രൂപങ്ങളാണെന്നു വിശദമാക്കി. ഒരു രൂപത്തിലുള്ള ഊർജ്ജം മറ്റൊരു രൂപത്തിലേക്കു പരിണമിക്കുകയാണു ചെയ്യുന്നത്. ഊർജം സൃഷ്ടിക്കാനോ നശിപ്പിക്കാനോ കഴിയാത്ത ഒന്നാണ്. ദ്രവ്യത്തെ ഊർജമായും ഊർജത്തെ ദ്രവ്യമായും മാറ്റാം.

മാർക്സിസത്തിന്റെ മൂന്നു ഉറവിടങ്ങളും മൂന്നു ഘടകങ്ങളും ലെനിൻ (1870–1924) വിശദമാക്കിയിട്ടുണ്ട്. ജർമ്മൻ ക്ലാസിക്കൽ തത്ത്വശാസ്ത്രം, ഇംഗ്ലീഷ് ക്ലാസിക്കൽ അർത്ഥശാസ്ത്രം, ഫ്രഞ്ചു സോഷ്യലിസം എന്നിവയാണ് മൂന്ന് ഉറവിടങ്ങൾ. ഭൗതിക തത്ത്വചിന്തയും ശാസ്ത്രീയമായ അർത്ഥശാസ്ത്രവും, വർഗ്ഗസമരസിദ്ധാന്തവുമാണ് മാർക്സിസത്തിന്റെ മൂന്നു ഘടകങ്ങൾ.

മാർക്സിസം ചരിത്രപരമായ അനിവാര്യത

പതിനെട്ടാം നൂറ്റാണ്ടിന്റെ അവസാനവും പത്തൊൻപതാം നൂറ്റാണ്ടിന്റെ ആദ്യവും യൂറോപ്പിലാകമാനം പ്രക്ഷോഭ കൊടുങ്കാറ്റുയർന്ന കാലഘട്ടമായിരുന്നു. 1789–ലെ ഫ്രഞ്ചു വിപ്ലവം, തുടർന്നുണ്ടായ അനേകം ജനാധിപത്യ വിപ്ലവങ്ങൾക്കു പെറ്റമ്മയായി. 1789–ൽ പാരീസിലെ ജനങ്ങൾ മനുഷ്യാവകാശ പ്രഖ്യാപനം നടത്തി. സ്വാതന്ത്ര്യം, സമത്വം, സാഹോദര്യം എന്നീ മുദ്രാവാക്യങ്ങൾ വാനിലെങ്ങുമുയർന്നു. ഫ്യൂഡൽ വ്യവസ്ഥയ്ക്കെതിരെ ബൂർഷ്വാസി നയിച്ച വിപ്ലവത്തിൽ തൊഴിലാളികളും വൻ തോതിൽ പങ്കാളികളായി. ഇംഗ്ലണ്ടിലാകട്ടെ വ്യവസായ വിപ്ലവത്തെ തുടർന്ന് തൊഴിലാളികളാകമാനം അതിദാരുണമായ ചൂഷണങ്ങൾക്ക് വിധേയമായിക്കൊണ്ടുമിരുന്നു. 16 ഉം 18 ഉം മണി

ക്കൂർ നീണ്ട അദ്ധ്വാനസമയം, ജീവൻ നിലനിർത്താൻ പോലും മതിയാകാത്ത കൂലി, അങ്ങേയറ്റം മോശമായ തൊഴിൽ പരിതഃസ്ഥിതികൾ, നാനാവിധത്തിലുള്ള മറ്റു ചൂഷണങ്ങൾ, ഇവയ്ക്കെതിരെ തൊഴിലാളികളുടെ പ്രതിഷേധം നീറിപ്പുകഞ്ഞു. മുതലാളിത്തവ്യവസ്ഥയ്ക്ക് അറുതി വരുത്താൻ തൊഴിലാളികൾ ആഗ്രഹിച്ചു. അവർ ഒരു ഏറ്റുമുട്ടലിനു സന്നദ്ധമാവുകയായിരുന്നു. മൂലധനവുമായി കാര്യമായ ഒരേറ്റുമുട്ടലിന് ഒരു വിപ്ലവസിദ്ധാന്തം ആവശ്യമായിരുന്നു. ഭൗതികപരിതഃസ്ഥിതികൾ മാർക്സിസത്തിനു ജന്മം നല്കി. മാർക്സിയൻ സിദ്ധാന്തങ്ങൾ കുറെ പ്രവചനങ്ങളോ വെളിപാടുകളോ ആവുക വയ്യെന്നു ഇപ്പോൾ വ്യക്തമായല്ലൊ.

2

വൈരുദ്ധ്യാത്മക ഭൗതികവാദം

തത്ത്വശാസ്ത്രം, അർത്ഥശാസ്ത്രം, ശാസ്ത്രീയ സോഷ്യലിസം എന്നീ മൂന്നു ഭാഗങ്ങൾ ഉൾക്കൊള്ളുന്നതാണ് മാർക്സിസ്റ്റ് ചിന്ത.

ആദ്യം നമുക്ക് തത്ത്വശാസ്ത്രം പരിശോധിക്കാം. തത്ത്വശാസ്ത്രം എന്നു കേൾക്കുമ്പോൾ ആർക്കും മനസ്സിലാകാത്ത, എന്തോ ആണെന്ന് ധരിക്കരുത്. കാര്യങ്ങൾ ലളിതമായി വിശദീകരിക്കാൻ കഴിയും.

സമൂഹം ചലനനിയമങ്ങൾക്കു വിധേയം

ചിന്തിക്കുന്ന മനുഷ്യനെ പണ്ടുമുതലേ അലട്ടിപ്പോന്ന ചില ചോദ്യങ്ങളുണ്ട്. മനുഷ്യ സമൂഹം എങ്ങനെ ഉണ്ടായി? അത് എങ്ങനെയാണ് വികസിക്കുന്നത്? ഇനിയും വികാസപരിണാമങ്ങൾ ഉണ്ടാകുമോ? ചോദ്യങ്ങളുടെ ഉള്ളടക്കം ഒന്നായിരുന്നെങ്കിലും ഉത്തരങ്ങൾ പലതായിരുന്നു. കാലാവസ്ഥയാണ് സാമൂഹ്യമാറ്റത്തിന്റെ കാരണമെന്ന് ഏറെനാൾ വാദിച്ചുപോന്നു. ദൈവഹിതമനുസരിച്ചാണെന്ന് ചിലർ വാദിച്ചു. ഭൂമിശാസ്ത്രപരമായ കിടപ്പാണ് സാമൂഹ്യ മാറ്റത്തെ നിർണ്ണയിക്കുന്നതെന്നു മറ്റുചിലർ വിശദീകരിച്ചു. മഹാന്മാരുടെ പ്രവൃത്തികൾക്കനുസൃതമായി സമൂഹം ചലിക്കുന്നു; യാദൃച്ഛികമായി എല്ലാം സംഭവിക്കുന്നു എന്നൊക്കെ വിശ്വസിച്ചുപോന്നവരും ധാരാളം ഉണ്ടായിരുന്നു. പക്ഷേ, ഈ ഉത്തരങ്ങൾക്കൊന്നിനും ശാസ്ത്രീയമായ അടിസ്ഥാനമില്ല. യുക്തിയോ തെളിവോ ഇല്ല. മാർക്സാകട്ടെ, പ്രപഞ്ചത്തിന്റെയും സമൂഹത്തിന്റെയും മാറ്റങ്ങളുടെയും വളർച്ചയുടെയും വസ്തുനിഷ്ഠമായ

അടിസ്ഥാനം വിശദമാക്കിത്തന്നു. അതോടെ അതു സംബന്ധിച്ച ദുരൂഹതയ്ക്കും അറുതിവന്നു.

മനുഷ്യരുടെ ഇച്ഛയോ ബോധമോ അനുസരിച്ചല്ല സാമൂഹ്യ മാറ്റങ്ങൾ ഉണ്ടാകുന്നത്. നേരെമറിച്ച് ശാസ്ത്രീയവും വസ്തുനിഷ്ഠവും ചരിത്രപരവുമായ നിയമങ്ങൾക്കു വിധേയമായാണ് മാറ്റങ്ങളുണ്ടാകുന്നത്. ഈ നിയമങ്ങളാകട്ടെ പ്രകൃതിനിയമങ്ങൾപോലെ കണിശവുമാണ്.

പ്രപഞ്ചത്തിലും സമൂഹത്തിലും കണ്ണോടിച്ചാൽ മതി മാറ്റങ്ങളുടെ ശക്തിയും സ്വഭാവവും ബോദ്ധ്യപ്പെടാൻ. മുൻ അദ്ധ്യായത്തിൽ ഇക്കാര്യം ചുരുക്കി വിശദീകരിച്ചിട്ടുണ്ട്. എല്ലാം മാറിക്കൊണ്ടിരിക്കുകയാണ്. മാർക്സ് ചൂണ്ടിക്കാണിച്ചതുപോലെ “എല്ലാം മാറിക്കൊണ്ടിരിക്കുന്നു എന്നതാണ് മാറാതെ നില്ക്കുന്ന ഒരേയൊരു സത്യം”. ഒരു നൂറുകൊല്ലം മുമ്പുള്ള സമൂഹമാണോ ഇന്നത്തേത്? എന്തെല്ലാം മാറ്റങ്ങളുണ്ടായി! ഉല്പാദനരീതി മാറി. പുതിയ യന്ത്രങ്ങൾ ഉണ്ടായി. ഉല്പാദനം സംഘടിപ്പിക്കുന്ന രീതി മാറി. തൊഴിലാളികളുടെ കഴിവു വർദ്ധിച്ചു. സാങ്കേതിക വിദ്യകൾ വളർന്നു. ഉല്പാദനവും ഉല്പാദനക്ഷമതയും വർദ്ധിച്ചു. അതോടൊപ്പം മനുഷ്യർ തമ്മിലുള്ള ബന്ധങ്ങളിലും മാറ്റമുണ്ടായി.

മാറ്റങ്ങളുടെ പൊതുനിയമമാണ് വൈരുദ്ധ്യാത്മക ഭൗതികവാദം. മാർക്സിസം വൈരുദ്ധ്യാത്മകമാണ്. ഭൗതികവാദപരവുമാണ്. രണ്ടും ഒരുപോലെ സംയോജിപ്പിക്കാൻ മാർക്സിനു കഴിഞ്ഞു.

ഭൗതികം എന്നാൽ

നാം ജീവിക്കുന്ന ഈ മഹാപ്രപഞ്ചം എന്തിനെയും ഉൾക്കൊള്ളാൻ ഇടം അല്ലെങ്കിൽ സ്പേസ് ഉള്ളതാണ്. അത്ര വലുതാണ് പ്രപഞ്ചം. ആനയ്ക്കും അതിൽ ഇടമുണ്ട്; കൊതുകിനും ഇടമുണ്ട്. കോടിക്കണക്കായ മനുഷ്യർക്കു പാർക്കാൻ ഇടമുണ്ട്. സൂര്യനും ചന്ദ്രനും നക്ഷത്രങ്ങൾക്കും പക്ഷിമൃഗാദികൾക്കും ഇടമുണ്ട്. കല്ലിനും മണ്ണിനും ജലത്തിനും വായുവിനും ലോഹങ്ങൾക്കും വാഹനങ്ങൾക്കും ഇടമുണ്ട്. ഇപ്പറഞ്ഞവയ്ക്കെല്ലാം സ്ഥിതിചെയ്യാൻ ഇടം ആവശ്യമാണ്. ഇവയെയും അതുപോലെ കോടിക്കണക്കായ വസ്തുക്കളെയും സ്ഥിതിചെയ്യാൻ ഇടം വേണ്ടവ എന്നു നമുക്കു വിശേഷിപ്പിക്കാം. സ്ഥിതിചെയ്യാൻ ഇടംവേണ്ടവയാണ് ദ്രവ്യം അഥവാ മാറ്റർ, അല്ലെങ്കിൽ ഭൗതികം. അനുഭവവേദ്യമായ എല്ലാ ദ്രവ്യങ്ങളെയും ഒരുമിച്ച് വ്യവഹരിക്കുന്ന പേരാണ് ഭൗതികപ്രപഞ്ചം.

പ്രപഞ്ചം ഭൗതികപദാർത്ഥങ്ങൾ നിറഞ്ഞതാണ്. ഒരു മൈതാ

നത്ത് അല്ലെങ്കിൽ തുറസായ ഒരു മുറിയിൽ ഭൗതികപദാർത്ഥങ്ങളൊന്നുമില്ലെന്ന് ഒരുപക്ഷെ വാദിച്ചേക്കാം. ശൂന്യതയാണെന്നും പറഞ്ഞേക്കാം. എന്നാൽ ശൂന്യത എന്നൊന്നില്ല. മൈതാനത്തോ മുറിയിലോ നിന്നുകൊണ്ട് ഒരു കടലാസെടുത്ത് വീശി നോക്കൂ. വായു അകന്നു നീങ്ങുന്നത് അനുഭവിക്കാം. അതിനർത്ഥം തുറന്ന പ്രദേശങ്ങളിലും വായു എന്ന ദ്രവ്യമുണ്ടെന്നാണ്.

ആശയവാദം

ചിലർ വാദിച്ചുപോരുന്നത് (അവരുടെ സംഖ്യ ഒട്ടും ചെറുതല്ല) ഭൗതികപ്രപഞ്ചം യഥാർത്ഥത്തിൽ ഉള്ളതല്ല എന്നാണ്. ഉണ്ടെന്നത് ഒരു തോന്നലാണ്. നമ്മുടെ മനസ്സിൽ തോന്നുന്ന ആശയങ്ങളാണ്. ആശയം ഉൾക്കൊള്ളാൻ, അല്ലെങ്കിൽ ചിന്തിക്കാൻ, കഴിയുന്നതുകൊണ്ടാണ് ഭൗതികപദാർത്ഥങ്ങൾ ഉണ്ടെന്നു തോന്നുന്നത്. അവ വെറും തോന്നലാണ്, മായയാണ്, മിഥ്യയാണ്. ആയതിനാൽ ചിന്ത, ആശയം, ബോധം ആണ് പ്രാഥമികം. ചിന്തിക്കാൻ കഴിയുന്നതുകൊണ്ടാണ് ഭൗതികപ്രപഞ്ചം ഉണ്ടെന്നു തോന്നുന്നത്. ചിന്തയാണു പ്രാഥമികം എന്നു വാദിക്കുന്നവരെ ആശയവാദികൾ എന്നു വിശേഷിപ്പിക്കുന്നു.

എന്താണ് ഭൗതികവാദം

മാർക്സിസ്റ്റുകാർ ഭൗതികവാദികളാണ്. ഭൗതിക പ്രപഞ്ചമാണ് പ്രാഥമികം എന്ന സിദ്ധാന്തമാണ് ഭൗതികവാദം. ആശയം രണ്ടാമതാണ്.

നിങ്ങളുടെ കൈയിൽ ഇരിക്കുന്ന പുസ്തകം ഒരു ഭൗതികപദാർത്ഥമാണ്. ഇരിക്കുന്ന കസേര ഭൗതികപദാർത്ഥമാണ്. മുറിയുടെ തറയും ചുമരും ഭൗതികപദാർത്ഥങ്ങളാണ്. ധരിച്ചിരിക്കുന്ന വസ്ത്രവും, പോക്കറ്റിലെ പേനയും, അടുത്തിരിക്കുന്ന സഖാക്കളും ഭൗതികപദാർത്ഥങ്ങളാണ്. സൂര്യൻ, ചന്ദ്രൻ, നക്ഷത്രങ്ങൾ, ഭൂമി, ജലം, ആരാധനാലയങ്ങൾ, അവിടെ സ്ഥാപിച്ചിട്ടുള്ള കല്ലിലോ സ്വർണ്ണത്തിലോ ഉള്ള വിഗ്രഹങ്ങൾ, മറ്റുരൂപങ്ങൾ എല്ലാം ഭൗതികപദാർത്ഥങ്ങളാണ്. ചുരുക്കം പറഞ്ഞാൽ ഭൗതികപദാർത്ഥങ്ങൾ കൊണ്ടാണ് ഈ പ്രപഞ്ചം നിർമ്മിച്ചിരിക്കുന്നത്. പ്രപഞ്ചം ഭൗതികമാണ്. നമ്മുടെ ചിന്തകൾ, ആശയങ്ങൾ, വികാരങ്ങൾ, മനസ്സ്, സങ്കല്പനങ്ങൾ ഇവയെല്ലാം പിന്നെ എന്താണ്? അവ ഭൗതികമാണോ മറ്റുവല്ലതുമാണോ എന്ന ചോദ്യം തീർച്ചയായും ഉയരും. അതിലേക്കുപോകുംമുമ്പ്, ഒരു കാര്യം വിശദീകരിക്കേണ്ടതുണ്ട്. കുറെ ഭൗതിക പദാർത്ഥങ്ങളുടെ പേരുകൾ നേരത്തെ പറഞ്ഞുവല്ലൊ. ആ വസ്തുക്കൾക്കുള്ള പൊതുസ്വഭാവങ്ങളെന്താണ്? ഒന്ന്, അവയൊന്നും നമ്മുടെ ഭാഗമല്ല,

ഇട്ടിരിക്കുന്ന ഷർട്ടും, ഷർട്ടിന്റെ പോക്കറ്റിൽ കുത്തിയ പേനയും കൈയിൽ പിടിച്ച പുസ്തകവും നമ്മുടെ ഭാഗമല്ല, അവ നമ്മിൽനിന്നും സ്വതന്ത്രമായി നിൽക്കുന്നു. വസ്തുനിഷ്ഠമായി നിൽക്കുന്നു. ഒരാൾ നിങ്ങളെ കണ്ടിട്ടില്ല. അതുകൊണ്ട് നിങ്ങളെക്കുറിച്ച് സങ്കല്പിക്കാനും കഴിയുന്നില്ല. അതിനർത്ഥം നിങ്ങൾ നിലനില്ക്കുന്നില്ല എന്നല്ലല്ലൊ. അയാൾ ചിന്തിക്കുന്നതു കൊണ്ടല്ല നിങ്ങൾ നിലനില്ക്കുന്നത്. നില നില്പ്പ് വസ്തുനിഷ്ഠമാണ്. രണ്ട്, ഭൗതികപദാർത്ഥങ്ങൾക്ക് അവ സംബന്ധിച്ച ആശയങ്ങളെ മനസ്സിൽ പ്രതിഫലിപ്പിക്കുവാൻ കഴിയും, പേന കാണുമ്പോൾ പേനയുടെ രൂപം, നീളം, നിറം, ഉപയോഗം എന്നിവ സംബന്ധിച്ച ആശയങ്ങൾ നമ്മുടെ മനസ്സിൽ പ്രതിഫലിക്കും. ഒരു കുട്ട മണൽ കാണുമ്പോൾ, മസ്തിഷ്കം മണൽ കൊണ്ടു നിറയു കയല്ല ചെയ്യുന്നത്. മണൽ സംബന്ധിച്ച ആശയം മസ്തിഷ്കത്തിൽ പ്രതിഫലിക്കുകയാണ്. റോസാപ്പൂവിന്റെ മണവും മട്ടൻകറിയുടെ രുചിയും തലച്ചോറിൽ പ്രതിഫലിക്കുന്നു. കപ്പ കാണുമ്പോൾ അതു കടലാസല്ല എന്ന് എങ്ങനെ തിരിച്ചറിയുന്നു? രണ്ടിന്റെയും പ്രകൃതവും സ്വഭാവവും സംബന്ധിച്ച ആശയങ്ങൾ നമ്മുടെ മനസ്സിൽ ഉള്ളതുകൊ ണ്ടാണ്. ഇനിയാണ് പ്രധാന ചോദ്യം. ഈ ആശയങ്ങൾ എങ്ങനെയു ണ്ടായി? ഉത്തരം ലളിതമാണ്. ഭൗതികപദാർത്ഥങ്ങളാണ് ആശയങ്ങ ളുടെ അടിത്തറ. ഒരു പദാർത്ഥം ഇല്ലെങ്കിലോ? എങ്കിൽ അതിനെ സംബന്ധിച്ച ആശയങ്ങൾ ഉണ്ടാവില്ല. ആശയം ഉണ്ടാവണമെങ്കിൽ പദാർത്ഥമുണ്ടാകണം. ദൈവത്തെ കണ്ടിട്ടുണ്ടോ? ഇല്ല. അതുകൊണ്ട് ദൈവം ഇങ്ങനെയായിരിക്കും എന്നു സങ്കല്പിക്കാൻ നമുക്കാവുന്നില്ല. ദൈവത്തിന്റെ പൊക്കം, കണ്ണുകളുടെ നിറം, കൈവിരലുകളുടെ എണ്ണം, ഒന്നും സങ്കല്പിക്കാനാവുന്നില്ല, മനുഷ്യനെപ്പോലിരിക്കുമോ മത്സ്യത്തെപ്പോലിരിക്കുമോ? അറിഞ്ഞുകൂടാ. നാം മനുഷ്യരായതു കൊണ്ട് നമ്മൾ ദൈവത്തിനു മനുഷ്യരൂപം നല്കുന്നു എന്നുമാത്രം. വളരെ പ്രധാനപ്പെട്ട ഒരു നിഗമനത്തിലേക്കു ഇപ്പോൾ എത്തിച്ചേർന്നി രിക്കുന്നു. ഭൗതികപദാർത്ഥമാണ് ആശയത്തിന്റെ അടിത്തറ, ഭൗതിക പദാർത്ഥമാണ് ആദ്യമുണ്ടായത്. ആശയം പിന്നീടും. ഭൗതികപ്രപഞ്ച മാണ് പ്രാഥമികം എന്നു കരുതുന്നവരാണ് ഭൗതികവാദികൾ. മാർക്സ് ഭൗതികവാദിയാണ്. മാർക്സിസ്റ്റുകാർ ഭൗതികവാദികളാണ്. ആശയം അപ്രധാനമെന്നല്ല വിവക്ഷ. മാർക്സിസ്റ്റുകാർ ഒരിക്കലും ആശയത്തിന്റെ പ്രാധാന്യത്തെ തള്ളിക്കളയുന്നില്ല.

ഭൗതികപ്രപഞ്ചത്തിൽ മാറ്റമുണ്ടാകുമ്പോൾ എന്താണ് സംഭവി ക്കുക? ആശയ പ്രപഞ്ചത്തിലും മാറ്റമുണ്ടാകും. ആശയത്തിന്റെ അടി ത്തറ ഭൗതികമായതുകൊണ്ടാണിത്. ഒന്നു മാറുമ്പോൾ മറ്റേതും മാറും. ഭൗതികപരിതഃസ്ഥിതികൾ മാറുന്നതനുസരിച്ച് നമ്മുടെ വികാര

വിചാരങ്ങളിലും, ബന്ധങ്ങളിലും, ചിന്തകളിലും മാറ്റങ്ങൾ സംഭവിക്കുന്നു.

ഭൗതികവാദത്തിന്റെ ഉപജ്ഞാതാവ് ഫോയർബാഹ് (1804–1872) ആണ്. എന്നാൽ അദ്ദേഹം ഒരു ശുദ്ധ ഭൗതികവാദിയായിരുന്നില്ല. ഭൗതിക പ്രപഞ്ചംതന്നെ പ്രാഥമികം എന്ന് അദ്ദേഹം കരുതി. പ്രപഞ്ചം ചലനാത്മകമാണ്. പ്രപഞ്ചത്തെയും, സമൂഹത്തെയും അദ്ദേഹം സങ്കീർണ്ണമായ യന്ത്രത്തോട് ഉപമിച്ചു. വിവിധ ഭാഗങ്ങൾ ഒരു പ്രത്യേക രീതിയിൽ സംയോജിപ്പിച്ചാണ് യന്ത്രം പ്രവർത്തിപ്പിക്കുന്നത്. ഉദാഹരണമായി ഒരു വാച്ചിന് ലിവറുണ്ട്, ചക്രങ്ങളുണ്ട്, സ്ക്രൂകളുണ്ട്, മറ്റു ഭാഗങ്ങളുണ്ട്. അവ ഒരു പ്രത്യേകരീതിയിൽ സംയോജിപ്പിച്ച് വൈൻഡു ചെയ്താൽ വാച്ച് പ്രവർത്തിക്കും. ആവർത്തന സ്വഭാവമുള്ളതും വൃത്താകൃതിയിലുമാണ് യന്ത്രത്തിന്റെ ഓട്ടം. ഫോയർബാഹിന്റെ ഭൗതികവാദം യാന്ത്രിക ഭൗതികവാദമാണ്.

അനവധി ചോദ്യങ്ങൾ അദ്ദേഹം അവശേഷിപ്പിച്ചു. പ്രപഞ്ചം ഒരു യന്ത്രമാണെങ്കിൽ, അത് ആരാണ് ഉണ്ടാക്കിയത്? ആരാണ് അത് പ്രവർത്തിപ്പിക്കുന്നത്. യന്ത്രം ഒരേ രീതിയിലാണ് കറങ്ങുന്നത്, പക്ഷേ, സമൂഹം അങ്ങനെയല്ലല്ലോ. പ്രപഞ്ചവും സമൂഹവും വളരുകയും മാറുകയും ചെയ്യുന്നു. പ്രപഞ്ചത്തെ ഒരു അദൃശ്യശക്തി പ്രവർത്തിപ്പിക്കുന്നു എന്നായിരുന്നു ഫോയർബാഹിന്റെ പക്ഷം. അങ്ങനെ വാദിക്കുകവഴി ആശയവാദത്തിന്റെ ചതിക്കുഴിയിൽ ഫോയർബാഹ് പതിച്ചു. ആശയവാദികൾ ദൈവത്തെ പിൻവാതിലിലൂടെ പ്രവേശിപ്പിച്ചു.

മാർക്സിന്റെ വൈരുദ്ധ്യാത്മക ഭൗതികവാദം മേൽപ്പറഞ്ഞ പ്രശ്നങ്ങൾക്കു ശാശ്വത പരിഹാരമേകി. പ്രപഞ്ചവും സമൂഹവും ചലിക്കുന്നതും വികസിക്കുന്നതും വിരുദ്ധ ശക്തികൾ തമ്മിലെ അവസാനിക്കാത്ത സംഘട്ടനത്തിലൂടെയാണെന്നു തെളിയിക്കുക വഴി അദൃശ്യശക്തിയുടെ ഇടപെടൽ അനാവശ്യമായി.

സുപ്രസിദ്ധ ഗ്രീക്ക് ദാർശനികൻ ഹിരാക്ലിറ്റ്സ് (ക്രിസ്തുവിനു മുമ്പ് 530–470) ഇങ്ങനെ പ്രസ്താവിക്കുന്നു : "ലോകവും അതിലടങ്ങിയ എല്ലാ വസ്തുക്കളും ഒരു ദൈവമോ മനുഷ്യനോ ഉണ്ടാക്കിയതല്ല; ക്രമമായി ആളിക്കത്തുകയും കെട്ടുപോകുകയും ചെയ്യുന്ന സജീവമായ ഒരു ജ്വാലയായിരുന്നു അത്; ഇന്നും അങ്ങനെതന്നെ; എന്നും അങ്ങനെയായിരിക്കുകയും ചെയ്യും."

ആശയം ഭൗതികപ്രപഞ്ചത്തെ സ്വാധീനിക്കുന്നു

ഭൗതികപ്രപഞ്ചത്തിലെ മാറ്റമനുസരിച്ചാണ് ആശയപ്രപഞ്ചത്തിൽ മാറ്റമുണ്ടാകുന്നതെന്നുകരുതി അതൊരു വൺവേട്രാഫിക് ആണെന്നു കരുതരുത്. ഒരേ ദിശയിലേക്കും ഒരേ വേഗതയിലുമാണ് രണ്ടിന്റെയും

മാറ്റം എന്ന് സങ്കല്പിക്കുന്നത് വെറും യാന്ത്രികമായി കാര്യങ്ങളെ കാണലാണ്. ഒരു ആശയം ജന്മമെടുത്തുകഴിഞ്ഞാൽ അതിന് ഏതാണ്ടൊരു സ്വതന്ത്ര പദവി കൈവരും. ബാഹ്യ പ്രപഞ്ചത്തിൽ രൂപഭേദങ്ങൾ വരുത്താൻ ആശയത്തിനു കഴിയും. അത് ബാഹ്യപ്രപഞ്ചത്തിനുമേൽ പ്രവർത്തിക്കും. മാർക്സ് ഇങ്ങനെ പറഞ്ഞിട്ടുണ്ട്: "ഒരു ആശയം ബഹുജനങ്ങളെ ഗ്രസിച്ചുകഴിഞ്ഞാൽ അതൊരു ഭൗതികശക്തിയായി മാറും." ഉദാഹരണങ്ങൾ അനവധിയാണ്. മാർക്സിയൻ ആശയങ്ങളുടെ കാര്യം തന്നെയെടുക്കുക. കമ്യൂണിസ്റ്റ് സമൂഹത്തിൽ നിന്നല്ല മാർക്സിയൻ ആശയങ്ങൾ രൂപംകൊണ്ടത്. മുതലാളിത്ത സമൂഹത്തിൽനിന്നുമാണ്. രൂപംകൊണ്ട് കഴിഞ്ഞശേഷം മുതലാളിത്തവുമായി പൊരുത്തപ്പെടാത്ത വേറിട്ടൊരു പദവി അതിനു കൈവന്നു. മാർക്സിയൻ ചിന്ത മുതലാളിത്തവ്യവസ്ഥയ്ക്കുമേൽ പ്രവർത്തിക്കാനും അതിനു മാറ്റം വരുത്താനും ശ്രമിക്കുന്നു. അത്തരം പ്രവർത്തനങ്ങൾ കൊണ്ടുമാത്രം ആ വ്യവസ്ഥ തകരുന്നില്ല; മുതലാളിത്തം വളരുകയും വൈരുദ്ധ്യങ്ങൾ മൂർച്ഛിക്കുകയും ചെയ്യണമെന്ന കാര്യം മറ്റൊരദ്ധ്യായത്തിൽ വിശദമാക്കുന്നുണ്ട്. പക്ഷേ, മുതലാളിത്ത വ്യവസ്ഥയുടെ തകർച്ച ഉറപ്പാക്കാൻ മാർക്സിയൻ ചിന്തകളുടെ സ്വാധീനം മർമ്മപ്രധാനമാണ്. മറ്റൊരു ഉദാഹരണം, ജനാധിപത്യത്തിന്റേതാണ്. ഇതും മുതലാളിത്തവ്യവസ്ഥ എന്ന ഭൗതികപരിതസ്ഥിതിയുടെ ഉല്പന്നമാണ്. മുതലാളിത്തത്തിന്റെ പ്രത്യേകത, സ്വത്തിന്റെയും വരുമാനത്തിന്റെയും കേന്ദ്രീകരണമാണല്ലോ. കേന്ദ്രീകരണം, ജനാധിപത്യത്തിനു എതിരാണ്. അതുകൊണ്ട് മുതലാളിത്തത്തിനെതിരായ സമരങ്ങളിൽ ജനാധിപത്യബോധവും പ്രസ്ഥാനങ്ങളും മൗലിക സ്വാധീനം ചെലുത്തുന്നു. ഒരു വ്യവസ്ഥയെ മാറ്റാനെന്നപോലെ നിലനിർത്താനും ആശയപ്രപഞ്ചം സഹായിക്കും. ഭൗതികപ്രപഞ്ചത്തിൽ മാറ്റമുണ്ടാകുന്ന അതേ വേഗതയിൽ ആശയപ്രപഞ്ചത്തിൽ മാറ്റമുണ്ടാകുന്നില്ല. ആശയപ്രപഞ്ചം തുടർന്നു നിലനിൽക്കാം. സാമൂഹ്യവ്യവസ്ഥയുടെ അടിസ്ഥാനത്തിൽ പറഞ്ഞാൽ ഫ്യൂഡലിസം തകർന്നാലും ഫ്യൂഡൽ ആശയങ്ങൾ നിലനില്ക്കാം; മുതലാളിത്തം തകർന്നാലും മുതലാളിത്ത ആശയങ്ങളും നിലനില്ക്കാം. മതത്തിന്റെ ആശയപ്രപഞ്ചം അതിനു ജന്മം നല്കിയ വ്യവസ്ഥയെ ഉറപ്പിച്ചു നിർത്തുവാൻ സഹായിക്കുന്നത് മറ്റൊരു ഉദാഹരണം.

വൈരുദ്ധ്യാത്മകവാദം തൊഴിലാളി വർഗ്ഗത്തിന്റെ പ്രപഞ്ച വീക്ഷണം

ഇനി മാർക്സിയൻ സിദ്ധാന്തത്തിന്റെ ഉൾക്കാമ്പ് എന്നു വിശേഷിപ്പിക്കാവുന്ന വൈരുദ്ധ്യാത്മകവാദമാണ്. ആശയക്കുഴപ്പം ഒഴിവാക്കാൻ

ആദ്യമേ ഒരു കാര്യം വ്യക്തമാക്കാം. വൈരുദ്ധ്യാത്മകവാദം, ഒരു ലോകവീക്ഷണം, അഥവാ, പ്രപഞ്ചവീക്ഷണമാണ്. അതൊരു പഠനരീതിയാണ്. തൊഴിലാളി വർഗ്ഗത്തിന്റെ സമരായുധം ആയതുകൊണ്ടാണ്, തൊഴിലാളി വർഗ്ഗത്തിന്റെ പ്രപഞ്ചവീക്ഷണം എന്ന നിലയിൽ വൈരുദ്ധ്യാത്മകവാദം അറിയപ്പെടുന്നത്. വീക്ഷണം എന്ന വാക്കിന്റെ അർത്ഥം വീക്ഷിക്കൽ, നോക്കിക്കാണൽ എന്നെല്ലാമാണ്. പ്രപഞ്ചത്തെ പല രീതിയിൽ വീക്ഷിക്കാം. എല്ലാം മായ, എല്ലാം മിഥ്യ, എല്ലാം വെറും തോന്നലുകൾ, ഇതൊരു പ്രപഞ്ചവീക്ഷണമാണ്. ലോകം ഒരു നാടകവേദിയാണ്. എല്ലാവരും അതിലെ അഭിനേതാക്കൾ; അവരവരുടെ വേഷം അഭിനയിക്കുന്നു, അപ്രത്യക്ഷമാകുന്നു. ഇത് മറ്റൊരുവീക്ഷണമാണ്. സകലതും ദൈവം സൃഷ്ടിച്ചതാണ്. ദൈവത്തിന്റെ ഇച്ഛയ്ക്കനുസരിച്ചാണ് സകല ചരാചരങ്ങളും ചലിക്കുന്നത്. ഈ സമീപനം മറ്റൊരു വീക്ഷണമാണ്. ഈ വീക്ഷണങ്ങളിലെല്ലാം മനുഷ്യർക്കും അവരുടെ കർമ്മശേഷിക്കും യാതൊരു പ്രസക്തിയും ഇല്ല.

വൈരുദ്ധ്യാത്മകവാദം ഒരു വഴികാട്ടിയാണ്. വിശകലന സമ്പ്രദായമാണ്. ഇംഗ്ലീഷിൽ മെത്തേഡ് (method) എന്ന ഒരു വാക്കുണ്ട്. മെത്തേഡ് എന്നാൽ ഏതൊന്നിലേക്കുള്ള വഴി (a way to something) എന്നർത്ഥം. ഇരുട്ടു നിറഞ്ഞ വനാന്തരത്തിൽ ഒരു വഴികാട്ടിയില്ലെങ്കിലോ? ഇടത്തോട്ടോ വലത്തോട്ടോ പോകും. ചിലപ്പോൾ നിന്നനിലയിൽ നിന്നാലുമായി. വെളിച്ചം കാണിച്ചു തന്നാലോ? അപ്പോൾ വഴി വ്യക്തമാവും. വൈരുദ്ധ്യാത്മകവാദം ഒരു മെത്തേഡ് ആണ്. വഴികാട്ടിയാണ്. പ്രപഞ്ചത്തെയും സമൂഹത്തെയും ശരിയായി വീക്ഷിക്കാനുള്ള വഴികാട്ടി.

എന്തുകൊണ്ടാണ് മാർക്സ് വൈരുദ്ധ്യാത്മകരീതി സ്വീകരിച്ചത് എന്നല്ലേ? വ്യക്തമായ കാരണമുണ്ട്. ഏറ്റവും ശാസ്ത്രീയവും അതേസമയം ഏറ്റവും പ്രസക്തവുമായ മാർഗ്ഗമായതുകൊണ്ടുതന്നെ എന്ന് ഉത്തരം. ഏതു വിഷയത്തിനുമുണ്ട് അതിന്റേതായ വിശകലനരീതി. പരീക്ഷണങ്ങളും നിരീക്ഷണങ്ങളുമാണ് ശാസ്ത്രത്തിന്റെ രീതി. സമൂഹത്തെ പഠിക്കാൻ ഈ രീതി പോരല്ലോ. സമൂഹം നിരന്തരമായ മാറ്റത്തിലാണ്. അപ്പോൾ ഉപയോഗിക്കുന്ന വിശകലനരീതിയും മാറ്റങ്ങളെ ഉൾക്കൊള്ളുന്നതാകണം. മാറ്റങ്ങളെയും വളർച്ചയെയും ഉൾക്കൊള്ളുന്നതാണ് വൈരുദ്ധ്യാത്മക രീതി. ഒരു ഉദാഹരണം പറഞ്ഞാൽ തുണിയുടെ നീളമളക്കാൻ സ്കെയിൽ മതി. തുണി നീളുകയോ ചുരുങ്ങുകയോ ചെയ്യുന്നില്ല. അതുകൊണ്ട് നീളുകയോ ചുരുങ്ങുകയോ ചെയ്യാത്ത സ്കെയിൽ ധാരാളം മതി. പക്ഷേ, നിരന്തരം നീളം വയ്ക്കുന്നതാണ് തുണിയെങ്കിലോ? ഈ സ്വഭാവത്തെ ഉൾക്കൊ

ള്ളുന്നതാകണം അളവുകോലും. അതുകൊണ്ടാണ് സമൂഹത്തിന്റെ ചലനം വിശദമാക്കാൻ വൈരുദ്ധ്യാത്മക രീതി പ്രയോഗിക്കുന്നത്.

വൈരുദ്ധ്യം എന്നാൽ വിപരീതം എന്നല്ല അർത്ഥം. വൈരുദ്ധ്യം നിശ്ചിതമായ ബന്ധത്തെയാണ് കാണിക്കുന്നത്. വിപരീതം ഏതെങ്കിലും ബന്ധത്തെ സൂചിപ്പിക്കുന്നില്ല. ഇരുട്ട് വിപരീതം വെളിച്ചം എന്നു പറയാറുണ്ടല്ലോ. വെളിച്ചം ഇല്ലാത്ത അവസ്ഥയ്ക്ക് ഇരുട്ട് എന്ന് പറയും. അതേപോലെ മുതലാളി വിപരീതം തൊഴിലാളിയെന്നു പറഞ്ഞുനോക്കൂ. മുതലാളി ഇല്ലാത്ത അവസ്ഥയാണോ തൊഴിലാളി? തീർച്ചയായും അല്ല. ബന്ധങ്ങളാണ് വൈരുദ്ധ്യത്തിന്റെ അടിസ്ഥാനം.

വൈരുദ്ധ്യാത്മക വാദത്തിന്റെ പ്രണേതാവ് ഹെഗൽ (1770 – 1831) ആണ്. മാർക്സിന്റെ വൈരുദ്ധ്യാത്മകവാദം ഹെഗലിന്റേതിൽനിന്നും വ്യത്യസ്തമാണ്. ഹെഗലിന്റെ വൈരുദ്ധ്യാത്മകവാദം വിശദീകരിക്കുന്നതിനുമുമ്പ് ശാസ്ത്രം സംശയാതീതമായി തെളിയിച്ചിട്ടുള്ള ഒരു വസ്തുത വിശദമാക്കാം.

ഈ പ്രപഞ്ചത്തിൽ യാതൊന്നും നിശ്ചലമായി തുടരുന്നില്ല. എല്ലാം ചലനാവസ്ഥയിലാണ്. പരമാണു മുതൽ സൗരയൂഥംവരെ, ബാക്ടീരിയ മുതൽ ഏറ്റവും വലിയ ജീവിവരെ. സമൂഹവും അതിലെ പ്രതിഭാസങ്ങളും സദാ ചലിച്ചുകൊണ്ടും വളർന്നുകൊണ്ടുമിരിക്കുന്നു.

ദ്രവ്യത്തിന്റെ ഏറ്റവും സൂക്ഷ്മഘടകമാണ് ആറ്റം അല്ലെങ്കിൽ പരമാണു. നഗ്നനേത്രങ്ങൾകൊണ്ട് അവയെ കാണാനാകില്ല. അതിശക്തമായ ഇലക്ട്രോൺ സൂക്ഷ്മദർശിനിതന്നെ വേണം. പരമാണുക്കൾ നിരന്തരം ചലിച്ചുകൊണ്ടിരിക്കുന്നു, വിറച്ചുകൊണ്ടിരിക്കുന്നു. കുറെക്കൂടി കൃത്യമായി പറഞ്ഞാൽ കമ്പിച്ചുകൊണ്ടിരിക്കുന്നു. അവ പരസ്പരം ബന്ധപ്പെട്ടാണ് സ്ഥിതിചെയ്യുന്നത്. പരമാണുക്കൾ ചേർന്ന് തന്മാത്രകളും (മോളിക്യൂൾ), തന്മാത്രകൾ ചേർന്ന് ദ്രവ്യവും രൂപപ്പെടുന്നു. അണുക്കൾ തമ്മിൽ തമ്മിലും തന്മാത്രകൾ തമ്മിൽ തമ്മിലും സദാ ഏറ്റുമുട്ടലും ചലനവുമുണ്ട്. സ്പഷ്ടമായ ഒരു നിഗമനത്തിൽ നാം എത്തുന്നു: ചലനമാണ് ദ്രവ്യത്തിന്റെ നിലനില്പിന്റെ രൂപം.

ഇനി അണുവിനെ വിഘടിപ്പിച്ച് മൗലിക കണങ്ങളാക്കി തിരിച്ചാലോ? അതായത് പ്രോട്ടോൺ, ന്യൂട്രോൺ, ഇലക്ട്രോൺ എന്നിങ്ങനെ. അവ ഓരോന്നും ഒറ്റയ്ക്ക് കമ്പനത്തിലാണ്; തമ്മിൽ തമ്മിൽ സംഘട്ടനത്തിലാണ്. അണുകേന്ദ്രത്തിലെ പ്രോട്ടോണും ന്യൂട്രോണും ആകർഷണ ബലത്തിലാണ്. ഇലക്ട്രോൺ അണുകേന്ദ്രത്തെ വലംവെച്ചുകൊണ്ടിരിക്കുന്നു.

ദ്രവ്യം എപ്പോഴും ചലനരൂപത്തിലാണെങ്കിൽ നമ്മുടെ വീടും മേശയും ചലിക്കാത്തതെന്ത് എന്ന ചോദ്യം പ്രസക്തം. അവ

യഥാർത്ഥത്തിൽ ചലിക്കുന്നുണ്ട്. ഭൂമി ചലിക്കുന്നതുകൊണ്ട് വീടിന്റെയും മേശയുടെയും ചലനം നമുക്ക് അനുഭവപ്പെടുന്നില്ല. ഓടുന്ന ബസിലെ യാത്രക്കാരൻ മുമ്പോട്ടു ചലിക്കുന്നതായി പുറത്തുനിൽക്കുന്നയാൾ മനസ്സിലാക്കുന്നു. പക്ഷേ, താൻ ചലിക്കുന്നതായി യാത്രക്കാരനു തോന്നുന്നില്ല. കാരണം, യാത്രക്കാരന്റെയും ബസിന്റെയും ചലനവേഗം ഒന്നാണ്.

മുകളിൽ പ്രതിപാദിച്ച ശാസ്ത്രസത്യം കുറെ കാര്യങ്ങൾ നമ്മോടു പറയുന്നുണ്ട്. ഒന്ന്, ഏതൊന്നിലും പരസ്പര വിരുദ്ധങ്ങളായ ശക്തികൾ നിലകൊള്ളുന്നു. രണ്ട്, വിരുദ്ധശക്തികൾ ഐക്യത്തിൽ തുടരവെതന്നെ ഏറ്റുമുട്ടലുകളുമുണ്ട്. മൂന്ന്, ഒരു ദ്രവ്യം രൂപംപ്രാപിച്ച് മറ്റൊന്നായി മാറുന്നു. (പരമാണുക്കളുടെ എണ്ണവും പ്രത്യേകഘടനയുമനുസരിച്ചാണ് വിവിധ ഭൗതിക പദാർത്ഥങ്ങളാകുന്നത്). നാല്, പുതുതായി രൂപംകൊണ്ട പദാർത്ഥത്തിനകത്തും വിരുദ്ധശക്തികളുണ്ട്.

“വൈരുദ്ധ്യാത്മകവാദം അതിന്റെ ശരിയായ അർത്ഥത്തിൽ, വസ്തുക്കളുടെ സത്തിൽ അടങ്ങിയിട്ടുള്ള വൈരുദ്ധ്യങ്ങളുടെ പഠനമാണ്” എന്ന ലെനിന്റെ നിരീക്ഷണം അർത്ഥഗർഭമാണ്.

ഇനി ഹെഗലും മാർക്സും തമ്മിലെ സാമ്യവും വ്യത്യാസവും സംബന്ധിച്ച്: ഹെഗലിന്റെ അഭിപ്രായത്തിൽ ആശയങ്ങളുടെ വളർച്ച ഇങ്ങനെയാണ്: ഒരു ആശയം ഉണ്ടാകുന്നു (തീസിസ്). വിരുദ്ധമായ മറ്റൊരാശയം (ആന്റിതീസിസ്) ജന്മംകൊള്ളുന്നു. ഇവ തമ്മിലെ സംഘട്ടനത്തിന്റെ ഫലമായി പുതിയൊരു ആശയം (സിന്തെസിസ്) ഉണ്ടാകുന്നു. പുതിയ ആശയം ഇനി തീസിസ് ആണ്. അതിനെതിരെ ആന്റിതീസിസ്, തുടർന്ന് സിന്തെസിസ്.

ചിന്താരംഗത്ത് നടക്കുന്ന സംഘട്ടനമാണ് പുരോഗതിക്കു അടിസ്ഥാനമെന്നാണ് ആശയവാദിയായ ഹെഗൽ കരുതിപ്പോന്നത്. ചിന്ത എങ്ങനെ ഉണ്ടായി എന്ന് അദ്ദേഹത്തിനു വിശദീകരിക്കാനായില്ല. തനിയെ ഉണ്ടായി എന്നായിരുന്നു വാദം. ചിന്ത സ്വയം വളരുന്നു എന്നു കരുതി.

ഹെഗലിന്റെ ആശയവാദം മാർക്സിനു സ്വീകാര്യമായില്ല. ചിന്തയ്ക്ക്, ആശയത്തിന്, ഉറവിടമുണ്ടെന്നു മാർക്സ് മനസ്സിലാക്കി. ഭൗതികപ്രപഞ്ചമാണ് ആശയങ്ങൾക്കു അടിത്തറ. ഭൗതികപ്രപഞ്ചത്തിന്റെ പ്രതിഫലനമോ ഉല്പന്നമോ ആണ് ചിന്ത അല്ലെങ്കിൽ ആശയം.

വൈരുദ്ധ്യാത്മകതയുടെ സ്വഭാവം, ദിശ, ഉള്ളടക്കം എന്നിവ വ്യക്തമാക്കുന്ന മൂന്നു ചലന നിയമങ്ങളുണ്ട്. അവ ഇങ്ങനെ ചുരുക്കി വിവരിക്കാം.

നിഷേധത്തിന്റെ നിഷേധം

വൈരുദ്ധ്യവാദത്തിന് ഇംഗ്ലീഷിൽ 'ഡയലക്റ്റിക്സ്' എന്നാണ് പറയുക. 'ഡയലെഗോ' എന്ന ഗ്രീക്കു പദത്തിൽ നിന്നാണ് ഈ വാക്കു ണ്ടായത്. ഡയലെഗോ എന്നാൽ വാദപ്രതിവാദം നടത്തുക എന്നർത്ഥം. പണ്ടെ ഉണ്ടായിരുന്ന രീതിയാണിത്. ഒരാളുടെ വാദത്തിലെ വൈരുദ്ധ്യം ചൂണ്ടിക്കാട്ടി അതിനെ നിഷേധിക്കുക. അങ്ങനെ ഉടലെടുക്കുന്ന പുതിയ ആശയത്തെ വീണ്ടും നിഷേധിക്കുക. അങ്ങനെ നിഷേധത്തെ നിഷേധിച്ചുകൊണ്ട് മാറ്റമുണ്ടാവുക. ജർമ്മൻ തത്ത്വചിന്തകനായിരുന്ന ഹെഗൽ ആണ് ഇതിന്റെ പ്രണേതാവ് എന്നു പറഞ്ഞുകഴിഞ്ഞു.

ആശയങ്ങളാണ് പ്രാഥമികം എന്നു തന്നെ ഹെഗൽ കരുതി. പക്ഷേ, ആശയവാദികളിൽനിന്നും വ്യത്യസ്തമായി മറ്റൊരു കാര്യം അദ്ദേഹം പറഞ്ഞു. ആശയങ്ങൾ നിരന്തരം മാറുകയും വളരുക യുമാണ്. ഒരു ആശയത്തെ നിഷേധിച്ചുകൊണ്ടാണ് മറ്റൊന്ന് പിറവി യെടുക്കുന്നത്. അതിനെ നിഷേധിച്ചുകൊണ്ട് കൂടുതൽ ഉയർന്ന മറ്റൊന്ന് രൂപംകൊള്ളുന്നു. ഹെഗലിന്റെ ആശയവാദത്തെ മാർക്സ് തള്ളി. വൈരുദ്ധ്യവാദത്തെ ഉൾക്കൊണ്ടു. കൂടുതൽ വികസിപ്പിച്ചു. വൈരുദ്ധ്യങ്ങളുടെ അന്യോന്യ സംഘട്ടനങ്ങളിലൂടെയാണ് ഭൗതിക പ്രപഞ്ചവും സമൂഹവും വളർച്ച കൈവരിക്കുന്നത്. അവ വൈരു ദ്ധ്യാത്മകമായാണ് ചലിക്കുന്നത്. ഇതാണ് മാർക്സിന്റെ വിശദീ കരണം. നിഷേധമെന്നാൽ പഴയതിനെ നശിപ്പിക്കലല്ല, പൂർണ്ണമായും ഉന്മൂലനം ചെയ്യലല്ല. മാറ്റമാണു സംഭവിക്കുന്നത്. മാറ്റമെന്നാൽ പൂർണ്ണ നാശമല്ലല്ലോ. സോഷ്യലിസമെന്നാൽ മുതലാളിത്തം ഇല്ലാതാ വുന്ന അവസ്ഥയല്ല. മുതലാളിത്തത്തെ മാറ്റുന്ന അവസ്ഥയാണ്.

അടിമ വ്യവസ്ഥയിൽ, അടിമകളും ഉടമകളും തമ്മിലെ വൈരുദ്ധ്യം ആ വ്യവസ്ഥയുടെ തകർച്ചയിലേക്ക് നയിച്ചു. കൂടുതൽ ഉയർന്ന ഫ്യൂഡൽ വ്യവസ്ഥ ഉടലെടുത്തു. ഫ്യൂഡൽ വ്യവസ്ഥയിൽ ജന്മികളും കൃഷിക്കാരും പുതിയ ഉല്പാദനശക്തികളും തമ്മിൽ മൂർച്ഛിച്ച വൈരുദ്ധ്യം ആ വ്യവസ്ഥയ്ക്ക് അറുതി വരുത്തി. മുതലാ ളിത്ത വ്യവസ്ഥയിൽ തൊഴിലാളികളും മുതലാളികളും തമ്മിൽ വള രുന്ന വൈരുദ്ധ്യം അതിന്റെ തകർച്ചയിലേക്കും കൂടുതൽ ഉയർന്ന സോഷ്യലിസ്റ്റ് വ്യവസ്ഥയിലേക്കും നയിച്ചു. സോഷ്യലിസ്റ്റ് വ്യവസ്ഥ വൈരുദ്ധ്യങ്ങളെ പരമാവധി കുറയ്ക്കുകയും ലഘൂകരിക്കുകയും ചെയ്യുന്നു. ഉല്പാദനോപകരണങ്ങൾ ന്യൂനപക്ഷം കൈയടക്കുകയും ഭൂരിപക്ഷം അദ്ധ്വാനിക്കുകയും ചെയ്യുന്ന സ്ഥിതി അവസാനിപ്പിച്ച് ഉല്പാദനോപകരണങ്ങൾ സമൂഹത്തിന്റെ മൊത്തം സ്വത്താകുക യാണ് സോഷ്യലിസത്തിൽ. ഇക്കാര്യം കൊണ്ടുതന്നെ വൈരുദ്ധ്യ

ത്തിന്റെ തീവ്രത ഏറെ ചുരുങ്ങും. ഇതിനർത്ഥം വൈരുദ്ധ്യം സമ്പൂർണ്ണമായി ഒഴിവാക്കപ്പെടുമെന്നല്ല. ഒരു വ്യവസ്ഥ തകർന്നാലും ആ വ്യവസ്ഥ ജന്മം നല്കിയ ആശയങ്ങൾ നശിക്കുന്നില്ല. മുതലാളിത്ത ആശയങ്ങൾ തുടർന്നും നിലനില്ക്കും. സോഷ്യലിസത്തെ പിന്നോട്ടടിപ്പിക്കും. സോഷ്യലിസത്തിനകത്തുതന്നെ ആവിർഭവിക്കുന്ന വൈരുദ്ധ്യങ്ങൾ വേറെയാണ്. ഇത്തരം വൈരുദ്ധ്യങ്ങൾ പരിഹരിക്കുന്നതിലെ വീഴ്ചകൾ വ്യവസ്ഥയുടെ തന്നെ പരാജയത്തിലേക്കു നയിക്കും.

എല്ലാം പരസ്പരം ബന്ധപ്പെട്ടത്

ഒറ്റപ്പെട്ടുനില്ക്കുന്ന യാതൊന്നും പ്രപഞ്ചത്തിലില്ല. സൂര്യനും ഭൂമിയും തമ്മിൽ, ഭൂമിയും മനുഷ്യനും, മനുഷ്യനും മനുഷ്യനും, മനുഷ്യനും മൃഗങ്ങളും, മൃഗങ്ങളും കൃഷിയും അങ്ങനെ എല്ലാം പരസ്പരം ബന്ധപ്പെട്ടു നില്ക്കുന്നു. ആശയലോകത്തും ഇതുതന്നെ സ്ഥിതി. നിയമവും രാഷ്ട്രീയവും ഭരണകൂടവും മാദ്ധ്യമങ്ങളും സ്വകാര്യസ്വത്തും ബന്ധപ്പെട്ടുനില്ക്കുന്നു. ഭൗതിക പ്രപഞ്ചവും ആശയപ്രപഞ്ചവും ബന്ധപ്പെട്ടു നില്ക്കുന്നു, ഒന്നു മറ്റൊന്നിനെ സ്വാധീനിക്കുകയും സ്വാധീനത്തിനു വിധേയമാവുകയും ചെയ്യുന്നു എന്നാണ് ഇതിന്റെ അർത്ഥം.

അളവിലെ മാറ്റത്തിൽ നിന്ന് ഗുണത്തിലെ മാറ്റത്തിലേക്ക്

വൈരുദ്ധ്യാത്മകവാദത്തിന്റെ മറ്റൊരു നിയമം, അളവിലെ മാറ്റം ഗുണത്തിൽ മാറ്റം വരുത്തുമെന്നുള്ളതാണ്. കുറെ വെള്ളം എടുത്തു ചൂടാക്കിനോക്കൂ. ചൂട് അഥവാ താപത്തിന്റെ അളവ് വർദ്ധിപ്പിക്കുക. 100 ഡിഗ്രി സെൽഷ്യസിൽ കൂടുതൽ താപം ഉയർന്നാൽ വെള്ളം തിളച്ച് നീരാവിയാകാൻ തുടങ്ങും. നീരാവി ഗുണപരമായി മറ്റൊരു പദാർത്ഥമാണ്. അതേസമയം, ചൂട് കുറച്ച് നോക്കൂ. ചൂടിന്റെ അളവ് പൂജ്യം ഡിഗ്രി സെൽഷ്യസിൽ കുറയുമ്പോൾ മഞ്ഞുകട്ടിയായിത്തീരും. രണ്ടു ഉദാഹരണങ്ങളിലും ചൂടുകൂടി അല്ലെങ്കിൽ ചൂടുകുറഞ്ഞ് ഒരു ഘട്ടം കഴിയുമ്പോഴാണ് മറ്റൊന്നിലേക്ക് കുതിച്ചുചാട്ടം നടക്കുന്നത്. സമൂഹത്തിലെ ഇത്തരം കുതിച്ചു ചാട്ടത്തെ വിപ്ലവം എന്നു പറയാം. മുതലാളിത്തത്തിലുണ്ടാകുന്ന വികാസം ഒരു ഘട്ടം കഴിയുമ്പോൾ, വിപ്ലവത്തിനു വഴിയൊരുക്കും. പുതിയൊരു വ്യവസ്ഥ നിലവിൽവരും.

വിപരീതങ്ങളുടെ ഐക്യവും സമരവും

വൈരുദ്ധ്യങ്ങൾ മാത്രം അടങ്ങിയതാണ് പദാർത്ഥങ്ങളും ആശയങ്ങളും എങ്കിൽ, ഒരു പ്രശ്നമുണ്ട്. പദാർത്ഥങ്ങൾ പദാർത്ഥങ്ങളായിരി

ക്കില്ല; ആശയങ്ങൾ ആശയങ്ങളുമായിരിക്കില്ല. അവ വിഘടിച്ചു പോകും. അപ്പോൾ വിരുദ്ധത ഉണ്ടായിരിക്കെ ഐക്യവുമുണ്ടാകണം. പരസ്പരം വേർപിരിക്കാനാകാത്തത് എന്നാണ് 'ഐക്യം' എന്നാൽ അർത്ഥം. അല്ലാതെ വളരെയേറെ യോജിച്ചുനില്ക്കുന്നത് എന്ന അർത്ഥത്തിലല്ല ഈ വാക്ക് പ്രയോഗിക്കുന്നത്. വൈദ്യുതിയിൽ, പോസിറ്റീവും നെഗറ്റീവും ഐക്യപ്പെട്ടുനില്ക്കുന്നു. രണ്ടും വിരുദ്ധങ്ങളാണെന്നു നമുക്കറിയാം. ഒരു കാന്തത്തിൽ ഉത്തരധ്രുവവും ദക്ഷിണധ്രുവവും ഐക്യത്തോടെ നില്ക്കുന്നു. രണ്ടും വിരുദ്ധങ്ങളാണെന്നു നാം മനസ്സിലാക്കിയിട്ടുണ്ട്. ഈ സ്ഥിതിയെ വിപരീതങ്ങളുടെ ഐക്യം എന്നു വിശേഷിപ്പിക്കാം.

വൈരുദ്ധ്യങ്ങളെല്ലാം ഒരുപോലെയല്ല. പ്രധാന വൈരുദ്ധ്യം തൊഴിലാളിയും മുതലാളിയും തമ്മിലുള്ളതാണ്. പക്ഷേ, ഒരു കൂട്ടരില്ലാതെ മറ്റേ കൂട്ടർക്കു നിലനില്പില്ലതാനും. മുതലാളിത്ത വ്യവസ്ഥയുടെ തകർച്ചയിലൂടെ അല്ലാതെ മറ്റൊരു തരത്തിലും പരിഹരിക്കാനാവാത്തതാണ് തൊഴിലാളി–മുതലാളി വൈരുദ്ധ്യം. ഇപ്രകാരമുള്ള വൈരുദ്ധ്യങ്ങളെ ശത്രുതാപരമായ വൈരുദ്ധ്യം എന്നു പറയാം. സാമ്രാജ്യത്വ ചേരിയും സോഷ്യലിസ്റ്റ് ചേരിയും തമ്മിലും, (ഉദാ. അമേരിക്കയും ക്യൂബയും തമ്മിൽ), സാമ്രാജ്യത്വ രാജ്യങ്ങളും വികസരരാജ്യങ്ങളും തമ്മിലും (ആഗോളവല്ക്കരണനയം അടിച്ചേല്പിക്കുന്ന അമേരിക്കയും ഇന്ത്യയും തമ്മിൽ), മൂന്നാം ലോകരാജ്യങ്ങളിലെ ഭരണകൂടവും ജനങ്ങളും തമ്മിലും ഉള്ള വൈരുദ്ധ്യങ്ങൾ ശത്രുതാപരമാണ്. ഇന്നത്തെ ലോക സാഹചര്യത്തിലെ മുഖ്യ വൈരുദ്ധ്യം സാമ്രാജ്യത്വ രാജ്യങ്ങളും സോഷ്യലിസ്റ്റ് ചേരിയും തമ്മിലുള്ളതാണ്. സാമ്രാജ്യത്വത്തിന്റെ നാശത്തിലൂടെ മാത്രമേ ഈ വൈരുദ്ധ്യം പരിഹൃതമാകു. മറ്റു വൈരുദ്ധ്യങ്ങൾക്കും പരിഹാരമാകൂ.

ശത്രുതാപരമല്ലാത്ത വൈരുദ്ധ്യങ്ങളുമുണ്ട്. ഉദാഹരണം പട്ടണങ്ങളും ഗ്രാമങ്ങളും തമ്മിൽ, കൃഷിയും വ്യവസായവും തമ്മിൽ, കായികാദ്ധ്വാനവും മാനസികാദ്ധ്വാനവും തമ്മിൽ, ഇവയുടെ പരിഹാരത്തിന് കൃഷിയും ഗ്രാമങ്ങളും കായികാദ്ധ്വാനവും നശിക്കേണ്ടതില്ല. പകരം അവയിൽ ഗുണപരമായ മാറ്റങ്ങളുണ്ടായാൽ മതി. അതേപോലെ മതങ്ങൾ തമ്മിലും ജാതികൾ തമ്മിലുമുള്ള വൈരുദ്ധ്യങ്ങൾ, അവ പരസ്പരം ബഹുമാനിക്കുന്നതിലൂടെ വലിയൊരു പരിധിവരെ പരിഹരിക്കാനാവും.

ബോധത്തിന്റെ ഉത്ഭവവും വളർച്ചയും

നാമും നമുക്കു ചുറ്റുമുള്ളതെല്ലാം ഭൗതികങ്ങളാണ്. ശരീരം ഭൗതികപദാർത്ഥമാണ്. തലച്ചോറും ഞരമ്പുകളും ഭൗതികപദാർത്ഥ

ങ്ങളാണ്. മനസ്സോ? ബോധമോ? അത് നമുക്ക് കാണാൻ കഴിയുന്നതല്ല, സ്വതന്ത്രമായി നില്ക്കുന്നില്ല, ആയതിനാൽ, മനസ്സ് ഭൗതികപദാർത്ഥമല്ല എന്ന്, ആശയവാദികൾ ശക്തമായി വാദിച്ചു പോന്നു. വൈരുദ്ധ്യാത്മക ഭൗതികവാദം ഈ പ്രശ്നത്തിന് തൃപ്തികരമായ ഉത്തരം കണ്ടെത്തി.

കഴിഞ്ഞ നൂറ്റാണ്ടിലെ മനുഷ്യന്റെ ബുദ്ധിശക്തിയല്ല ഈ നൂറ്റാണ്ടിലെ മനുഷ്യന്റെ. പുതിയ കണ്ടുപിടിത്തങ്ങളുടെ ശൃംഖല നോക്കിയാൽ മതി വ്യത്യാസം മനസ്സിലാക്കാൻ. ബുദ്ധിശക്തിയുടെ വളർച്ച എങ്ങനെ ഉണ്ടായി? ആശയവാദികൾക്ക് ഉത്തരമില്ല. വെറുതെ ബുദ്ധിശക്തി വളരുകയാണോ? മനുഷ്യൻ മൃഗങ്ങളെ വേട്ടയാടി ജീവിച്ചുപോന്ന കാലത്തെപ്പോലെ ഇന്നും ജീവിക്കുന്നു എന്നു കരുതുക. ബുദ്ധിശക്തി ഇന്നത്തെ നിലയിലേക്ക് വികസിക്കുമായിരുന്നോ? അപരിഷ്കൃതമായ കാട്ടുജാതിക്കാരുടെ ബുദ്ധിശക്തി വളരാത്തതെന്തുകൊണ്ട്? ഉത്തരം കിട്ടേണ്ട ഇതേപോലെ അനവധി ചോദ്യങ്ങൾ ആശയവാദികൾക്കു മുന്നിൽ ഉന്നയിക്കാനുണ്ട്.

രണ്ടു സംഭവങ്ങൾ ഇവിടെ വിവരിക്കാം. ഗോദാമൂരി എന്ന ഗ്രാമത്തിൽ രണ്ടു പെൺകുട്ടികൾ ജീവിച്ചിരുന്നു. ഒരാൾക്കു രണ്ടു വയസ്സ്, പേര് അമല. മറ്റെയാൾ ഒൻപതു വയസുകാരി, പേര് കമല. പേരുകൾ പിന്നീട് നാട്ടുകാർ നല്കിയതാണ്. ആദ്യം അവർക്ക് പേരുകൾ ഇല്ലായിരുന്നു. ഒരു വനാന്തരത്തിൽ ചെന്നായ്ക്കൂട്ടങ്ങൾക്കൊപ്പം കഴിഞ്ഞുപോന്ന അവരെ 1920 ഒക്ടോബർ രണ്ടിനാണ് കണ്ടെത്തുന്നതും രക്ഷപ്പെടുത്തുന്നതും. അമല അധികനാൾ കഴിയും മുമ്പെ മരിച്ചു. കമലയാകട്ടെ 18 വയസ്സുവരെ ജീവിച്ചു. പഠിച്ചപണിപതിനെട്ടും പയറ്റിയിട്ടും അവൾക്ക് മനുഷ്യപ്രകൃതി കൈവരിക്കാനായില്ല. പ്രത്യേക രീതിയിലുള്ള വിദ്യാഭ്യാസ പരിശീലനം നല്കിനോക്കി, ഫലമുണ്ടായില്ല. മനുഷ്യരെപ്പോലെ സംസാരിക്കാനോ ചിന്തിക്കാനോ പെരുമാറാനോ കമലയ്ക്ക് ഒരിക്കലും കഴിഞ്ഞില്ല. മറ്റൊരു സംഭവം ഫ്രാൻസിൽനിന്നാണ്. 1797–ൽ പന്ത്രണ്ട് വയസ്സുകാരൻ വിക്ടറിനെ ഒരു വനാന്തരത്തിൽനിന്നും കണ്ടെടുത്തു. മൃഗങ്ങൾക്കൊപ്പം, അവയെപ്പോലെ, ജീവിച്ചുവരുകയായിരുന്നു വിക്ടർ. 40 വയസ്സുവരെ വിക്ടർ ജീവിച്ചു. ഒരിക്കലും അയാൾക്ക് വായിക്കാനോ എഴുതാനോ കഴിഞ്ഞില്ല. മനുഷ്യരെപ്പോലെ സംസാരിക്കാനും കഴിഞ്ഞില്ല. കാലുകളിൽ ഊന്നി നടക്കാൻ വളരെ പാടുപെട്ടാണ് പഠിപ്പിച്ചത്. പക്ഷേ, പേടിപ്പെടുത്തുന്ന എന്തെങ്കിലും ശബ്ദം കേൾക്കുന്നമാത്രയിൽ കൈകളും പിൻകാൽമുട്ടുകളും നിലത്തൂന്നി 40–ാം വയസ്സിലും ഓടാൻ ശ്രമിക്കും.

സമൂഹത്തിൽ ജീവിക്കുന്നവരിൽ മാത്രമേ ബോധവും ബുദ്ധി

ശക്തിയും വളരൂ. സമൂഹത്തിനും സാമൂഹ്യബന്ധങ്ങൾക്കും വെളിയിൽ അവ വികസിക്കില്ല. കൂട്ടായ ജീവിതത്തിന്റെയും കൂട്ടായ പ്രവർത്തനങ്ങളുടെയും സാമൂഹ്യഉല്പന്നമാണ് ബുദ്ധിശക്തി. എഴുത്തും ഭാഷയും ഉണ്ടാകുന്നതും സാമൂഹ്യജിവിതത്തിൽ നിന്നുമാണ്. തൊട്ടടുത്തോ അകലയോ ഉള്ളവരുമായി ആശയവിനിമയത്തിന്റെ ആവശ്യം നേരിട്ടപ്പോഴാണ് ഭാഷയും എഴുത്തും ഉണ്ടായത്. മനുഷ്യരുടെ തലച്ചോറിനുമുണ്ട് പ്രത്യേകത. അതിനു വ്യാപ്തം കൂടുതലാണ്. ഏറ്റവും ഉയർന്ന ഇനം കുരങ്ങിന്റെ തലച്ചോറിന്റെ വ്യാപ്തം 600 ക്യൂബിക് സെന്റീമീറ്ററാണ്. ഒരു മനുഷ്യന്റേതിന് 1400 ക്യൂബിക് സെന്റീമീറ്റർ വ്യാപ്തമുണ്ട്. മനുഷ്യരുടെ ബോധത്തെ സംബന്ധിച്ചിടത്തോളം ഈ വ്യത്യാസം പ്രധാനമാണ്.

പദാർത്ഥങ്ങൾ പരസ്പരം ബന്ധപ്പെട്ടാണ് കിടക്കുന്നത് എന്ന് നേരത്തെ പറഞ്ഞുവല്ലൊ. അവയിൽ ഒന്ന് മറ്റൊന്നിനെ സ്വാധീനിക്കുന്നുണ്ട്. മറിച്ചും സ്വാധീനിക്കുന്നുണ്ട്. ഭൗതികപദാർത്ഥങ്ങൾ തലച്ചോറിൽ പ്രതിഫലനങ്ങളുണ്ടാക്കുന്നു. തലച്ചോറും ഞരമ്പുകളും മറിച്ചും പ്രതികരിക്കുന്നു. ഇതൊരു പരസ്പരബന്ധമുള്ള പ്രവർത്തനമാണ്. ഈ പ്രക്രിയയുടെ ഭാഗമായിട്ടാണ് ബുദ്ധിശക്തി വികസിക്കുന്നത്. "വളർന്നുകൊണ്ടിരിക്കുന്ന ഭൗതികപദാർത്ഥങ്ങളുടെ ഒരു പ്രവർത്തനരൂപമാണ് മനസ്സ്" എന്ന് മാർക്സ് പറയുന്നു.

മൃഗങ്ങൾ നാല് കാലിൽ നടക്കുന്നു. പ്രകൃതിയിൽ നിന്നും നേരിട്ട് ഭക്ഷണം സ്വീകരിക്കുന്നു. അവ ഒന്നും ഉല്പാദിപ്പിക്കുന്നില്ല. ഉപകരണങ്ങൾ ഉണ്ടാക്കുന്നില്ല; ഉപയോഗിക്കുന്നില്ല. അവയുടെ ബുദ്ധിനിലവാരം പണ്ടത്തെപ്പോലെതന്നെ ഇപ്പോഴും. മനുഷ്യരുടെ കാര്യം അങ്ങനെയല്ല, മനുഷ്യർക്ക് ബോധവും ബുദ്ധിശക്തിയുമുണ്ട്. എങ്ങനെ ഈ മാറ്റമുണ്ടായി? കുരങ്ങിൽ നിന്നാണല്ലൊ മനുഷ്യൻ രൂപാന്തരംകൊണ്ടത്. അതൊരു നീണ്ട പ്രക്രിയയായിരുന്നു. അനവധി നൂറ്റാണ്ടുകൾ അതിനു വേണ്ടിവന്നു. വളരെ പതുക്കെയായിരുന്നു മാറ്റം. നാലുകാലിൽ ചാടിനടന്ന കുരങ്ങ്, ഒരു മരച്ചില്ലയിൽനിന്നും മറ്റൊന്നിലേക്കു മാറാൻ മുൻകാലുകൾ കൊണ്ട് മരച്ചില്ലയിൽ തൂങ്ങാൻ തുടങ്ങി. അതോടെ വളഞ്ഞ ശരീരം അല്പം നിവർന്നു. ഭക്ഷണം തേടിയായിരുന്നു ഈ ചാട്ടം. പിൻകാലുകൾ നിലത്തൂന്നി നടക്കാൻ തുടങ്ങിയതോടെ മുൻകാലുകൾ കുറെയൊക്കെ സ്വതന്ത്രമായി. മുൻകാലുകളിലെ വിരലുകൾ ഉപയോഗിച്ച് കായ്കനികൾ പറിക്കാനാരംഭിച്ചു. ചെറിയ കമ്പുകൾ പെറുക്കിയെടുത്ത് മറ്റ് മൃഗങ്ങളെ എറിയാൻ തുടങ്ങി. കല്ലും കമ്പും കൈകാര്യം ചെയ്യാൻ തുടങ്ങിയതോടെ നാളിതുവരെ മുൻകാലുകൾക്കില്ലായിരുന്ന ഒരു ധർമ്മം കൈവന്നു. മുൻകാലുകൾ ശരിക്കും സ്വതന്ത്രമായി, കൈകളായി രൂപാന്തരപ്പെട്ടു. പിൻകാലുകൾ ഉറപ്പിച്ചുനടക്കാൻ തുടങ്ങി

യതോടെയാണ് കുരങ്ങ് മനുഷ്യപ്രകൃതിയിലേക്ക് മാറിയത്. കൈകൾകൊണ്ട് കല്ലും വടിയും കൈകാര്യം ചെയ്യാൻ തുടങ്ങിയപ്പോൾ അതനുസരിച്ചുള്ള പ്രതിഫലനങ്ങൾ തലച്ചോറിലുമുണ്ടായി. ഉപകരണങ്ങളുണ്ടാക്കി ഉല്പാദനത്തിലേർപ്പെടാൻ തുടങ്ങിയതോടെ വീണ്ടും ബുദ്ധി വികസിച്ചു. ബാഹ്യപ്രകൃതിയിൽ പ്രവർത്തിക്കാനുള്ള മനുഷ്യന്റെ കൈകളുടെ കഴിവ് ക്രമേണ വർദ്ധിച്ചു. തലച്ചോറിന് അവ ഉൾക്കൊള്ളാനുള്ള കഴിവും വർദ്ധിച്ചു. കൈകൾ കർമ്മേന്ദ്രിയങ്ങളാണ്. തലച്ചോറും ഞരമ്പുകളും ജ്ഞാനേന്ദ്രിയങ്ങളും. ഇവ രണ്ടിന്റെയും പ്രതിപ്രവർത്തനത്തിലൂടെയാണ് ബുദ്ധിശക്തി വികസിക്കുന്നത്.

മനുഷ്യന്റെ കാലുകൾക്ക് പ്രത്യേക ധർമ്മമുണ്ട്. കണ്ണുകൾക്ക് പ്രത്യേക ധർമ്മമുണ്ട്. കാലുകളുടെ ധർമ്മം കണ്ണുകൾക്ക് നിർവ്വഹിക്കാനാവില്ല. തലച്ചോറിനും അതിനെ ബന്ധിപ്പിക്കുന്ന ഞരമ്പുകൾക്കും പ്രത്യേക ധർമ്മങ്ങളുണ്ട്. കണ്ണും കാലുകളും തലച്ചോറും ഭൗതിക പദാർത്ഥങ്ങളാണെങ്കിലും തലച്ചോറിനുമാത്രം എങ്ങനെ ചിന്തിക്കാനുള്ള കഴിവുണ്ടായി? ഏറ്റവും സുസംഘടിതവും വളർച്ച പ്രാപിച്ചതുമായ ഭൗതികപദാർത്ഥമാണ് തലച്ചോറ്. തലച്ചോറ് ചിന്തയ്ക്കുള്ള ഉപകരണമാണ്. അതു ചിന്തയ്ക്കു കാരണമല്ല. ചുറ്റുമുള്ള ലോകവും അതിലെ പ്രതിഭാസങ്ങളും സംഭവങ്ങളുമാണ് ചിന്തയുടെ ഉറവിടം. ഭൗതികപദാർത്ഥത്തിൽ നിന്നും ബോധത്തെ വേർപ്പെടുത്താനാവില്ല.

3

ചരിത്രപരമായ ഭൗതികവാദം

മുൻ അദ്ധ്യായത്തിൽ വിശദമാക്കിയ വൈരുദ്ധ്യാത്മക ഭൗതികവാദം ഇങ്ങനെ ചുരുക്കിപ്പറയാം.

1. ഭൗതിക പ്രപഞ്ചമാണ് പ്രാഥമികമായിട്ടുള്ളത്. അതാണ് ആശയങ്ങളുടെ അടിത്തറ. ഭൗതികപ്രപഞ്ചത്തിലെ മാറ്റം ആശയങ്ങളിലും മാറ്റങ്ങളുണ്ടാക്കും. ആശയങ്ങൾ ഭൗതിക പ്രപഞ്ചത്തെയും സ്വാധീനിക്കും.
2. പ്രപഞ്ചവും സമൂഹവും പ്രതിഭാസങ്ങളും നിരന്തരചലനത്തിലാണ്.
3. ചലനത്തിന്റെ അടിസ്ഥാനവും കാരണവും വൈരുദ്ധ്യങ്ങളുടെ സമരമാണ്. ഏതൊന്നിലും വൈരുദ്ധ്യമുണ്ട്.
4. എല്ലാം പരസ്പരം ബന്ധപ്പെട്ടിരിക്കുന്നു. സ്വാധീനിക്കുകയും സ്വാധീനിക്കപ്പെടുകയും ചെയ്യുന്നു.
5. നിലവിലുള്ളതിനെ നിഷേധിച്ചാണ് പുതിയതിന്റെ ജനനം. വീണ്ടും നിഷേധിച്ച് ഇനിയും പുതിയതുണ്ടാകുന്നു. ഇങ്ങനെയാണ് വളർച്ച.
6. അളവിലെ മാറ്റം ഒരു ഘട്ടം കഴിഞ്ഞാൽ ഒരു കുതിച്ചു ചാട്ടത്തിലൂടെ ഗുണത്തിലെ മാറ്റമാകുന്നു.
7. വിപരീതങ്ങൾ തമ്മിൽ ഐക്യവുമുണ്ട്; സമരവുമുണ്ട്.

ചരിത്രത്തിന്റെ ദർശനം

മനുഷ്യചരിത്രത്തിൽ എത്രയോ സംഭവങ്ങൾ ഉണ്ടായിട്ടുണ്ട്. അവ ഏവയെന്ന് ചുരുക്കിപറയുകപോലും അസാദ്ധ്യം. അത്രമേൽ വൈവി

ദ്ധ്യമാർന്ന സംഭവങ്ങളാണ് പ്രപഞ്ചത്തിലും സമൂഹത്തിലും ഉണ്ടായിട്ടുള്ളത്. ശാസ്ത്ര–സാങ്കേതികരംഗത്ത് വിപ്ലവകരമായ കുതിച്ചുചാട്ടങ്ങളുണ്ടായി. ഭരണകൂടങ്ങൾ മാറിമാറി വന്നു. സാമൂഹ്യ വ്യവസ്ഥകൾ ഒന്നിനുപുറകെ മറ്റൊന്നായി ആവിർഭവിച്ചു. ഉല്പാദിപ്പിക്കാനുള്ള സമൂഹത്തിന്റെ കഴിവ് വർദ്ധിച്ചു! അങ്ങനെ മാറ്റങ്ങൾ നിരവധി. സമൂഹം വളർന്നു. അതുകൊണ്ട് ചരിത്രമെന്നാൽ സംഭവങ്ങളുടെ ഒരു കൂട്ടം എന്നാണോ കരുതേണ്ടത്? യദൃച്ഛയാ സംഭവിക്കുന്ന നിരവധി സംഭവങ്ങൾ?! ഒന്നുമറ്റൊന്നുമായി ബന്ധമില്ലാത്തവ? ഇനി മറ്റൊരു പ്രധാന ചോദ്യം കൂടിയുണ്ട്. ജനങ്ങൾക്കു ചരിത്രത്തിലെ സ്ഥാനമെന്താണ്? അഥവാ സ്ഥാനമുണ്ടോ? ജനങ്ങൾക്കു സ്ഥാനമില്ലെന്നാണു ദീർഘനാൾ വിശ്വസിച്ചുപോന്നത്. അതുപോലെ പ്രപഞ്ചവും സമൂഹവും പ്രതിഭാസങ്ങളും തമ്മിൽ ബന്ധമില്ലെന്നും. എല്ലാം നടക്കുന്നതു ദൈവഹിതമനുസരിച്ചാണ്. അല്ലെങ്കിൽ ദൈവപ്രീതിക്കു പാത്രമായി എന്നു കരുതപ്പെട്ട വ്യക്തികളുടെ ഇംഗിതമനുസരിച്ച്. ഈ ചിന്താഗതിയിൽ വഴിത്തിരിവുണ്ടായതു ഫ്രഞ്ചു വിപ്ലവത്തോടെയാണ്. ഫ്രാൻസിൽ ഫ്യൂഡൽ ഭരണത്തിനെതിരെ ജനങ്ങൾ സംഘടിച്ചു. അവർ പ്രക്ഷോഭങ്ങളുടെ നേതൃസ്ഥാനത്തേക്കു ഉയർന്നു. ഫ്യൂഡൽ ഭരണകൂടത്തെ തട്ടിത്തെറിപ്പിച്ചു. ബൂർഷ്വാസിഭരണകൂടത്തിലെത്തി. ഫ്രഞ്ചു വിപ്ലവത്തെ തുടർന്ന് പല രാജ്യങ്ങളിലും വിപ്ലവ കൊടുങ്കാറ്റു വീശി. ജനങ്ങൾ നേതൃപദവിയിലേക്കുയർന്നു. വർഗ്ഗസമരം, ജനങ്ങളെ ചരിത്രത്തിലെ വിധികർത്താക്കളാക്കി.

"സാമൂഹ്യവികാസത്തിന്റെ ചരിത്രം എല്ലാറ്റിനും ഉപരിയായി ഉല്പാദനവളർച്ചയുടെ ചരിത്രമാണ്. അത് ഒരേസമയത്തുതന്നെ ഭൗതികപദാർത്ഥങ്ങൾ സ്വയം ഉണ്ടാക്കുന്നവരുടെ ചരിത്രമാണ്. ഉല്പാദനപ്രക്രിയയുടെ മുഖ്യശക്തിയും സമൂഹത്തിന്റെ നിലനില്പിനാവശ്യമായ ഭൗതികപദാർത്ഥങ്ങൾ സൃഷ്ടിച്ചുകൊണ്ടിരിക്കുന്നവരുമായ അദ്ധ്വാനിക്കുന്ന ജനവിഭാഗങ്ങളുടെ ചരിത്രമാണ്." (സ്റ്റാലിൻ–സി പി എസ് യു (ബി) ചരിത്രം).

കുറെ സംഭവങ്ങളുടെ പരസ്പരബന്ധമില്ലാത്ത കൂട്ടമാണ് ചരിത്രമെന്നും സാമൂഹ്യ വളർച്ചയെന്നുമുള്ള ധാരണ തിരുത്തിയത് മാർക്സാണ്. സാമൂഹ്യവളർച്ചയ്ക്ക് സുവ്യക്തമായ നിയമങ്ങളുണ്ട്. അവയ്ക്കു വഴങ്ങിയാണ് ചരിത്രം മുന്നേറുന്നത്. ചിന്തകർ പൊതുവെ ചെയ്തുപോന്നത് ചരിത്രത്തിൽ നടന്ന സംഭവങ്ങൾ വിശദീകരിക്കുക മാത്രമാണ്. നടക്കാനുള്ള കാരണങ്ങൾ മനസ്സിലാക്കാൻ അവർക്കായില്ല. മാർക്സാകട്ടെ വൈരുദ്ധ്യാത്മക ഭൗതികവാദം ചരിത്രത്തിൽ പ്രയോഗിച്ചു കൊണ്ട് ചരിത്രത്തിന് ശാസ്ത്രീയമായ ദർശനം നല്കി.

ചരിത്രപരമായ ഭൗതികവാദം

ചരിത്രപരമായ ഭൗതികവാദം എന്താണെന്നു ഇനി വിശദീകരിക്കാം. കുറെയേറേ ചോദ്യങ്ങളോടെ തുടങ്ങാം. രാഷ്ട്രീയത്തിന്റെ അടിസ്ഥാനമെന്താണ്? കലയുടെയും ശാസ്ത്രത്തിന്റെയും അടിത്തറയെന്താണ്? വിജ്ഞാനത്തിന്റെയും സംസ്കാരത്തിന്റെയും അടിസ്ഥാനമെന്താണ്? സാഹിത്യത്തിന്റെ അടിസ്ഥാനമെന്ത്? നിയമം, നീതി ന്യായക്കോടതി, ഭരണകൂടം എന്നിവക്കു അടിത്തറയെന്ത്? രാഷ്ട്രീയ ഘടനയുടെയും പ്രത്യയശാസ്ത്രവീക്ഷണത്തിന്റെയും അടിസ്ഥാനമെന്ത്? സാമൂഹ്യവളർച്ചയുടെ അടിസ്ഥാനമെന്താണ്? ചോദ്യങ്ങൾ അവസാനിക്കുന്നില്ല. പക്ഷേ, മാർക്സിനു മുമ്പുണ്ടായിരുന്ന ചിന്തകർ വിശ്വസിച്ചുപോന്നത് മനുഷ്യരുടെ ആശയങ്ങളാണ്, അവരുടെ ഇച്ഛയാണ്, എല്ലാത്തിനും നിദാനം എന്നത്രെ. മാർക്സിന്റെ വീക്ഷണം വ്യത്യസ്തമായിരുന്നു. ചരിത്രത്തെക്കുറിച്ചുള്ള ഭൗതികവാദധാരണ അദ്ദേഹം അവതരിപ്പിച്ചു.

ഭൗതികപ്രപഞ്ചമാണ് ആശയങ്ങളുടെ അടിത്തറ എന്നതാണല്ലോ ഭൗതികവാദത്തിന്റെ മൗലിക വീക്ഷണം. അതായത് പ്രാഥമികം ഭൗതികപ്രപഞ്ചമാണ്. ആശയങ്ങൾ, ബോധം, ചിന്ത എന്നിവ പിന്നീടും. മനുഷ്യരുടെ ഹിതമോ ബോധമോ അല്ല ഭൗതിക പ്രപഞ്ചത്തെ സൃഷ്ടിച്ചത്. മറിച്ച് ഭൗതികലോകമാണ് ബോധത്തിന്റെ അടിസ്ഥാനം. മാർക്സിനെത്തന്നെ ഉദ്ധരിച്ചാൽ, "മനുഷ്യരുടെ ബോധമല്ല അവരുടെ അസ്തിത്വത്തെ നിർണ്ണയിക്കുന്നത്; നേരെമറിച്ച്, അവരുടെ സാമൂഹ്യാസ്തിത്വമാണ് അവരുടെ ബോധത്തെ നിർണ്ണയിക്കുന്നത്." ഭൗതികസാഹചര്യങ്ങളുടെ സൃഷ്ടിയാണ് ആശയങ്ങൾ. ഭൗതികസാഹചര്യങ്ങൾ മാറുമ്പോൾ ആശയങ്ങളും മാറും. ഇതിനർത്ഥം മനുഷ്യർ തികഞ്ഞ നിസ്സഹായർ എന്നല്ല. അവർ വെറും കാഴ്ചക്കാരുമല്ല. ഭൗതികസാഹചര്യങ്ങളിൽ മാറ്റങ്ങൾ വരുത്താൻ ബോധപൂർവ്വം പ്രവർത്തിക്കുന്ന മനുഷ്യർക്കു കഴിയും. ഭൗതികസാഹചര്യങ്ങളും ആശയങ്ങളും തമ്മിലുള്ള വൈരുദ്ധ്യാത്മക പ്രവർത്തനമാണ് ചരിത്ര ദർശനത്തിന്റെ കാതൽ.

ഭൗതികോല്പാദനം

ഭൗതിക സാഹചര്യം നിർണ്ണയിക്കുന്നത് ഭൗതികോല്പാദനമാണ്. അതാണ് സാമൂഹ്യവളർച്ചയ്ക്കു മുഖ്യാധാരം. ഉല്പാദനമെന്നാൽ പ്രകൃതിയുടെ മേൽ മനുഷ്യാദ്ധ്വാനം പ്രയോഗിക്കലാണ്.

പ്രകൃതിയിൽനിന്നും നേരിട്ട് ലഭിക്കുന്ന വസ്തുക്കൾ ഭക്ഷിച്ചും ഉപയോഗിച്ചും ഒരു സമൂഹത്തിനു ജീവിക്കാനാകുമോ? ഒന്നും ഉല്പാദിപ്പിക്കാതെ? സാദ്ധ്യമേയല്ല. പക്ഷികൾക്കും മൃഗങ്ങൾക്കും കഴിയും. അവ ഉല്പാദനപ്രവർത്തനം നടത്തുന്നില്ല. പക്ഷികൾ അപ്പഴപ്പോൾ

കിട്ടുന്നതു കൊത്തിത്തിന്നു വിശപ്പടക്കുന്നു. മൃഗങ്ങളും പ്രകൃതിയിൽ നിന്നും പുല്ലോ വയ്ക്കോലോ, വെള്ളമോ അകത്താക്കുന്നു. മനുഷ്യരുടെ സ്ഥിതി വളരെ വ്യത്യസ്തമാണ്. അവർ ഉല്പാദിപ്പിക്കുന്നു. കാലം ചെല്ലുന്തോറും കൂടുതൽ പുതിയ പുതിയ വസ്തുക്കൾ ഉല്പാദിപ്പിച്ചു കൊണ്ടിരിക്കുന്നു.

മനുഷ്യന്റെ അദ്ധ്വാനശക്തി കൊണ്ടാണ് ഭക്ഷണം, വസ്ത്രം, വീട്, മറ്റ് ജീവനോപാധികൾ എന്നിവ ഉണ്ടാക്കുന്നത്. മനുഷ്യരാകമാനം ഒരു മാസക്കാലം അദ്ധ്വാനശക്തി പ്രയോഗിക്കാതെ ഇരിക്കട്ടെ. എന്തു സംഭവിക്കുമെന്നു അപ്പോൾ കാണാം. കുടിവെള്ളംപോലും മുട്ടും. കിണറിൽ നിന്നും വെള്ളം ലഭിക്കില്ല. പുഴയിൽനിന്നും ജലം ലഭിക്കില്ല. ജലം ലഭിക്കണമെങ്കിൽ കൈക്കുമ്പിളിൽ കോരിയെടുക്കണമല്ലോ. അതിനും അദ്ധ്വാനം വേണം. അദ്ധ്വാനമാണ് ജീവന്റെ അടിത്തറ. അതായത് ഭൗതികവസ്തുക്കളുടെ ഉല്പാദനമാണ് സാമൂഹ്യജിവിതത്തിന്റെ അടിസ്ഥാനം. മനുഷ്യസമൂഹത്തെ നിലനിർത്തുന്നതുതന്നെ അദ്ധ്വാനമാണ്.

മൂന്നു അവശ്യഘടകങ്ങൾ

സമൂഹത്തിന്റെ ഉല്പാദനസാഹചര്യങ്ങൾ ഭീമമായി വളർന്നിട്ടുണ്ട്. കല്ലും വടിയും ഉപയോഗിച്ച് മൃഗങ്ങളെ വേട്ടയാടി ജീവിച്ച ഒരു കാലമുണ്ടായിരുന്നു. ഇന്ന് പടുകൂറ്റൻ യന്ത്രസാമഗ്രികളുടെയും കൃത്രിമോപഗ്രഹങ്ങളുടെയും സഹായത്തോടെയാണ് ഉല്പാദനം. കാര്യങ്ങൾ എത്രമാറി അല്ലേ? ഉല്പാദനക്ഷമത ഒരു പതിനായിരം ഇരട്ടി വർദ്ധിച്ചു. അന്നത്തെ ഉല്പാദനസങ്കേതങ്ങളും ഇന്നത്തെ ഉല്പാദനസങ്കേതങ്ങളും തമ്മിൽ യാതൊരു സാമ്യവുമില്ലെന്നു തന്നെ തോന്നും. എന്നാൽ സാമ്യമുണ്ടുതാനും. ഭൗതികോല്പാദനത്തിന് മൂന്ന് അവശ്യഘടകങ്ങൾ വേണം. കൃഷിയുടെ കാര്യമെടുക്കാം. കൃഷിക്കാരന്റെയും കുടുംബത്തിന്റെയും അദ്ധ്വാനശക്തി വേണം. അദ്ധ്വാനശക്തി പ്രയോഗിക്കാൻ ഭൂമിവേണം. അതാണ് അദ്ധ്വാനവിഷയവസ്തു. കലപ്പ, കാളകൾ, തൂമ്പ, കൂന്താലി എന്നിവ വേണം. അവയാണ് അദ്ധ്വാനോപാധികൾ അല്ലെങ്കിൽ അദ്ധ്വാനോപകരണങ്ങൾ. നായാടി ജീവിക്കുന്നവനും വേണം ഇവ മൂന്നും. അതായത് യഥാക്രമം, അദ്ധ്വാനശക്തി, വനത്തിലെ ജന്തുക്കൾ, കൂർത്തകല്ലോ കമ്പോ എന്നിവ. വൻഫാക്ടറികളിലും വേണം അദ്ധ്വാനശക്തി, അദ്ധ്വാനവിഷയവസ്തുക്കൾ, അദ്ധ്വാനോപകരണങ്ങൾ.

അദ്ധ്വാനം

കർഷകതൊഴിലാളിയും, മത്സ്യതൊഴിലാളിയും, ഖനിതൊഴിലാളിയും പ്രകൃതി (ഭൂമി, ജലം, ധാതുക്കൾ)യുമായാണ് മല്ലടിക്കുന്നത്. പ്രകൃതിയുമായുള്ള നിരന്തരസമരമാണ് ഉല്പാദനം. പ്രകൃതിയിലെ

വസ്തുക്കളെ തന്റെ ആവശ്യാർത്ഥം മനുഷ്യൻ മാറ്റിത്തീർക്കുന്നു. ജലത്തിൽ നിന്ന് വൈദ്യുതിയും, ധാതുക്കളിൽ നിന്ന് യന്ത്രങ്ങളും സൃഷ്ടിച്ചെടുക്കുന്നു. അദ്ധ്വാനവും അദ്ധ്വാനോപകരണങ്ങൾ ഉണ്ടാക്കലും മനുഷ്യനുമാത്രം സ്വായത്തമായ കഴിവുകളാണ്. മനുഷ്യനെ മൃഗങ്ങളിൽ നിന്നും വ്യത്യസ്തനാക്കുന്നത് ഈ രണ്ടു സവിശേഷതകളാണ്.

അദ്ധ്വാനവിഷയവസ്തുക്കൾ

അദ്ധ്വാനം പ്രയോഗിക്കപ്പെടുന്ന സർവ്വതും അദ്ധ്വാനത്തിന്റെ വിഷയവസ്തുക്കളാണ്. ഭൂമിയും, ജലവും, ധാതുക്കളും വിഷയവസ്തുക്കളാണെന്നു നേരത്തെ പറഞ്ഞുകഴിഞ്ഞു. കുറേ അദ്ധ്വാനം ചെലുത്തിക്കഴിഞ്ഞ വസ്തുക്കളും അദ്ധ്വാനവിഷയവസ്തുക്കളാകും. നെയ്ത്തുതൊഴിലാളിക്കു നൂൽ വിഷയവസ്തുവാണ്. നൂൽനൂല്ക്കുന്ന തൊഴിലാളിക്ക് പഞ്ഞിയാണ് വിഷയവസ്തു. നൂലിൽ കുറെ അദ്ധ്വാനം ചെലുത്തിക്കഴിഞ്ഞു എന്നു വ്യക്തമാണല്ലോ. കൊല്ലപ്പണിക്കാരന് ഇരുമ്പ് അദ്ധ്വാനവിഷയവസ്തുവാണ്. ഉരുക്കുഫാക്ടറിതൊഴിലാളികൾക്ക് ഇരുമ്പയിരാണ് വിഷയവസ്തു.

അദ്ധ്വാനോപകരണങ്ങൾ

അദ്ധ്വാനവിഷയവസ്തുക്കളിന്മേൽ പ്രവർത്തിക്കാൻ സഹായിക്കുന്നവയാണ് അദ്ധ്വാനോപകരണങ്ങൾ. അടുക്കളയിൽ കറിക്കരിയുന്ന കത്തി മുതൽ എഴുതുന്ന പേന തുടങ്ങി പടുകൂറ്റൻ അത്യാധുനികയന്ത്രസാമഗ്രികൾവരെ അദ്ധ്വാനോപാധികളാണ്. ചരിത്രം പരിശോധിച്ചാൽ അദ്ധ്വാനോപാധികൾ നിരന്തരം വികസിച്ചു വന്നതായി കാണാം. ഉപകരണങ്ങൾ മനുഷ്യർ നിർമ്മിച്ചതാണ്. അദ്ധ്വാനം പ്രയോഗിച്ചാണ് അവ നിർമ്മിച്ചത്. മനുഷ്യനു മാത്രമേ അദ്ധ്വാനോപകരണങ്ങൾ നിർമ്മിക്കാൻ കഴിവുള്ളൂ. മൃഗങ്ങളെ വേട്ടയാടാൻ കൂർപ്പിച്ചെടുത്ത കല്ല് തുടങ്ങി ഉള്ളംകൈയിൽ കൊണ്ടു നടക്കാൻ കഴിയുന്ന കമ്പ്യൂട്ടർ വരെ മനുഷ്യൻ വികസിപ്പിച്ചെടുത്തവയാണ്. വാസ്തവത്തിൽ ഉപകരണങ്ങൾ നോക്കി സാമൂഹ്യവികാസത്തിന്റെ ഘട്ടം നിശ്ചയിക്കാൻ കഴിയും. ഉപകരണങ്ങൾ ഉണ്ടാക്കുകയും ഉപയോഗിക്കുകയും ചെയ്യുന്ന ജന്തുവാണ് മനുഷ്യൻ.

അദ്ധ്വാനോപാധികൾ മൂർത്തീകരിക്കപ്പെട്ട അദ്ധ്വാനമാണ്. മുമ്പു നടത്തപ്പെട്ട അദ്ധ്വാനത്തിന്റെ ഫലങ്ങളാണവ. സാങ്കേതിക വിദ്യകൾ വികസിക്കുന്തോറും മൂർത്തീകരിക്കപ്പെട്ട അദ്ധ്വാനത്തിന്റെ അളവും കൂടും. ഒരു അദ്ധ്വാനോപകരണം, ഉദാഹരണത്തിന് ഒരു ചുറ്റിക, ഒരു സ്ഥലത്ത് വെച്ചിരിക്കുന്നു എന്ന് കരുതുക. സ്വയം അതിന് എന്തെങ്കിലും ചെയ്യാനാകുമോ? ഇല്ല. അതെടുത്ത് ആരെങ്കിലും പ്രയോഗിക്കണം. അതിന് അദ്ധ്വാനം വേണം. ഉല്പാദനം നടക്കണമെങ്കിൽ അദ്ധ്വാനോപാധികളും അദ്ധ്വാനശേഷിയും സമ്മേളിക്കണം. അതായത്

മനുഷ്യൻ പണിയായുധം പ്രയോഗിക്കണം.

ഉല്പാദനോപാധികൾ

കയറുണ്ടാക്കാൻ ചകിരിയും റാട്ടും ഉപയോഗിക്കുന്നു. കപ്പക്കൃഷി ചെയ്യാൻ മണ്ണും തൂമ്പയും വേണം. കള്ളുചെത്തുവാൻ തെങ്ങും കത്തിയും ഉപയോഗിക്കുന്നു. ചകിരിയും, മണ്ണും, തെങ്ങും അദ്ധ്വാന വിഷയവസ്തുക്കളും റാട്ട്, തൂമ്പ, കത്തി എന്നിവ അദ്ധ്വാനോപക രണങ്ങളുമാണ്. രണ്ടും ചേർന്നതാണ് ഉല്പാദനോപാധികൾ. അദ്ധ്വാന ത്തിന്റെ വിഷയവസ്തുക്കളും അദ്ധ്വാനോപകരണങ്ങളും ചേർന്നതാണ് ഉല്പാദനോപാധികൾ.

ഉല്പാദനശക്തികൾ

ഉല്പാദനോപാധികളും അദ്ധ്വാനശക്തിയും ചേർന്ന് പ്രവർത്തി ക്കുന്നതിനെയാണ് ഉല്പാദനശക്തികൾ എന്നുപറയുക. സാങ്കേതികവി ദ്യകളും വളരെ പ്രധാനമാണ്. സാങ്കേതികവിദ്യകൾ നിരന്തരം വളർച്ച നേടുന്നു. കൈകൊണ്ട് മീൻപിടിക്കാം. ചൂണ്ടയിട്ടും ആകാം. വഞ്ചിയും വലയും ഉപയോഗിച്ച് മീൻപിടിക്കാം. ബോട്ട് പ്രവർത്തിപ്പിച്ച് പിടിക്കാം. മത്സ്യബന്ധനകപ്പൽ ഉപയോഗിച്ച് മീൻപിടിക്കാം. ഇവയോരോന്നും ഓരോ സാങ്കേതികവിദ്യകളാണ്. ഒന്ന് മുമ്പിലത്തേതിനേക്കാൾ വികാസം നേടിയതാണ്. മൂർത്തീകരിച്ച അദ്ധ്വാനം ഏറിവരുകയാണ്.

ഉല്പാദനബന്ധങ്ങൾ

ഉല്പാദനശക്തികളുടെ വളർച്ചയുടെ പ്രത്യേകഘട്ടത്തിന് യോജിച്ച ഉല്പാദനബന്ധങ്ങളുണ്ടാകും. ഉല്പാദനബന്ധങ്ങൾ വളരെ കൃത്യമാ ണ്. മുതലാളിത്തഘട്ടം അതിന് യോജിച്ച ഉല്പാദനബന്ധങ്ങളും ഫ്യൂഡലിസം അതിന് യോജിച്ച ബന്ധങ്ങളുമുണ്ടാക്കും എന്നു വിശദീ കരിച്ചാൽ കുറെക്കൂടി വ്യക്തമാവും. പക്ഷേ, എന്താണ് ഉല്പാദനബ ന്ധങ്ങൾ? എല്ലാക്കാലത്തും ഉല്പാദനം സാമൂഹ്യമാണ്. "ഉല്പാദന ത്തിനിടയ്ക്ക് മനുഷ്യർ പ്രകൃതിയയുടെമേൽ മാത്രമല്ല തങ്ങളിൽ ഓരോരുത്തരുടെമേലും പ്രവർത്തിക്കുണ്ട്. ഒരു സവിശേഷരീതിയിൽ സഹകരിച്ചും തങ്ങളുടെ പ്രവർത്തനഫലങ്ങൾ കൈമാറിയും മാത്ര മാണ് അവർ ഉല്പാദിപ്പിക്കുന്നത്. ഉല്പാദിപ്പിക്കുന്നതിനുവേണ്ടി അവർ തമ്മിൽ വ്യക്തമായ സമ്പർക്കങ്ങളിലും ബന്ധങ്ങളിലും ഏർപ്പെടുന്നു. ഈ സാമൂഹ്യ സമ്പർക്കങ്ങൾക്കും ബന്ധങ്ങൾക്കും കീഴിൽ മാത്രമെ പ്രകൃതിയുടെ മേലുള്ള അവരുടെ പ്രവർത്തനവും ഉല്പാദനവും നടക്കുന്നുള്ളൂ"(മാർക്സ് - തെരഞ്ഞെടുത്ത കൃതി കൾ). ചില ഉദാഹരണങ്ങൾ കൊണ്ട് വിശദീകരിക്കാം. ഒരു കൃഷിക്കാ രൻ ജന്മിയിൽനിന്നും കൃഷിഭൂമി പാട്ടത്തിനെടുത്ത് സ്വന്തം

അദ്ധ്വാനശക്തിയും അദ്ധ്വാനോപകരണങ്ങളും ഉപയോഗിച്ച് കൃഷിചെയ്യുന്നു. വിളവെടുപ്പു കഴിഞ്ഞാൽ കൃത്യമായ ഒരു ഭാഗം ജന്മിക്ക് പാട്ടമായി നല്കും. ഭൂമിയുടെ ഉടമ ജന്മിയാണ്. കൃഷിക്കാരൻ കൃഷിചെയ്യുന്നു. ജന്മിയും കൃഷിക്കാരനും തമ്മിൽ ഒരു പ്രത്യേകബന്ധമുണ്ട്. ബന്ധം എന്നാൽ അടുപ്പം എന്നല്ല അർത്ഥം. ജന്മിയും കൃഷിക്കാരനും തമ്മിൽ ജന്മി–കുടിയാൻ ബന്ധമാണ്. ഈ പദവി കൃഷിക്കാരനു കൈവന്നത് ജന്മി ഭൂമിയുടെ ഉടമയായതുകൊണ്ടും, കൃഷിക്കാരൻ ഉടമയല്ലാത്തതുകൊണ്ടുമാണ്. അത് ഉല്പാദന ബന്ധമാണ്. ഉല്പാദന ബന്ധം ശരിക്കും സ്വത്തുടമാബന്ധമാണ്. കൃഷിക്കാരൻതന്നെ ഒരേക്കർ ഭൂമിയുടെ ഉടമയും അതിൽ കൃഷി ചെയ്യുന്നവനുമാണെങ്കിലോ? എങ്കിൽ സ്വത്തുടമാബന്ധത്തിന്റെ സ്വഭാവം മാറും. ജന്മിയുടെ പക്കൽ നിന്നും കൃഷിക്കാരൻ പാട്ടത്തിനെടുത്ത ഭൂമിയിൽ, തന്റെ അദ്ധ്വാനശേഷി പ്രയോഗിക്കുന്നതിനു പുറമെ കർഷകതൊഴിലാളിയെ കൂലിക്കുവെയ്ക്കുന്നു എന്നിരിക്കട്ടെ. അപ്പോൾ കൃഷിക്കാരനും കർഷകതൊഴിലാളിയും തമ്മിലുള്ള ബന്ധമല്ല ജന്മിയും കർഷക തൊഴിലാളിയും തമ്മിലുള്ളത്. ഒരു കൃഷിക്കാരനല്ല ഉള്ളത്. അനവധി കൃഷിക്കാരുണ്ടാകും. അവർ തമ്മിൽ തമ്മിൽ ബന്ധമുണ്ട്. കൃഷിഭൂമിയുടെ ഉടമാവകാശത്തിൽനിന്നും മാറ്റിനിർത്തപ്പെട്ടവർ എന്ന നിലയ്ക്കാണ് അവർ തമ്മിൽ ബന്ധം. ന്യൂനപക്ഷക്കാരായ ജന്മികളും മറുവശത്ത് ഭൂരിപക്ഷക്കാരായ കൃഷിക്കാരും തമ്മിൽ ബന്ധമുണ്ട്. അത് ജന്മി–കർഷകബന്ധമാണ്. അതുപോലെ കർഷക–കർഷകതൊഴിലാളിബന്ധമുണ്ട്. ഒരു മുതലാളിത്ത വ്യവസ്ഥയിൽ, മുതലാളികളാണ് ഉല്പാദനോപാധികളുടെ ഉടമകൾ. തൊഴിലാളികൾ അദ്ധ്വാനശക്തി വില്ക്കുന്നവരും. മുതലാളി–തൊഴിലാളിബന്ധത്തിന്റെ അടിസ്ഥാനം ഉല്പാദനോപാധികളുടെ ഉടമസ്ഥത മുതലാളിമാർക്കാണെന്നതാണ്. അദ്ധ്വാനശക്തി വില്ക്കാൻ വിധിക്കപ്പെട്ടവർ എന്ന നിലയ്ക്കുള്ള ബന്ധം തൊഴിലാളികളെ യോജിപ്പിക്കുന്നു. തൊഴിലാളികളുടെ സാമൂഹ്യപദവി നിർണ്ണയിക്കുന്നത് ഈ പ്രത്യേക സ്വത്തുടമാബന്ധമാണ്. അടിമവ്യവസ്ഥയിലെ അടിമയുടെ പദവിയും മുതലാളിത്ത വ്യവസ്ഥയിലെ തൊഴിലാളിയുടെ പദവിയും രണ്ടും രണ്ടാണ്. ഒരു കാര്യത്തിൽ സാമ്യമുണ്ടുതാനും. രണ്ടും സ്വകാര്യഉടമാവ്യവസ്ഥയാണ്. ഉല്പാദനപ്രക്രിയയിൽ മനുഷ്യർ തമ്മിൽ ഉടലെടുക്കുന്ന ബന്ധങ്ങളാണ് ഉല്പാദന ബന്ധങ്ങൾ.

ഉല്പാദനശക്തികൾ മാറുമ്പോൾ ഉല്പാദനബന്ധങ്ങളും മാറുമെന്നു പറഞ്ഞുവല്ലോ. മുതലാളിത്തവ്യവസ്ഥ വളരുമ്പോൾ ജന്മി–കുടിയാൻ ബന്ധം വഴിമാറും എന്നാണ് ഇപ്പറഞ്ഞതിനർത്ഥം. അങ്ങനെ മാറുന്നുണ്ടോ? ഒറ്റയടിക്ക്, വളരെ സുഗമമായി മാറുകയില്ല എന്നതാണ് പരമാർത്ഥം. ഉദാഹരണം ഇന്ത്യ തന്നെ. മുതലാളിത്ത രീതിയിൽ വിക

സിക്കുവാൻ ശ്രമിക്കുന്ന രാജ്യമാണ് ഇന്ത്യ. മുതലാളിത്തത്തിന് അനുരോധമായ സ്വത്തുടമാബന്ധങ്ങളാണ് ആവശ്യം. പക്ഷേ, ഭൂവുടമാബന്ധം നിലനില്ക്കുന്നു. ഫ്യൂഡൽ വ്യവസ്ഥയുടെ ആശയങ്ങൾ നിലനില്ക്കുന്നു. ഫ്യൂഡൽ ബന്ധങ്ങൾ അവസാനിപ്പിച്ചേ മുതലാളിത്ത വികസനം സാധിക്കൂ.

ഏതൊരു സാമൂഹ്യവ്യവസ്ഥയും ജനിക്കുന്നത് നിലവിലുള്ള സാമൂഹ്യവ്യവസ്ഥയുടെ ഗർഭത്തിലാണ്. അതുകൊണ്ട് പുതിയ വ്യവസ്ഥയിൽ മുൻവ്യവസ്ഥയുടെ ഭാഗമായിരുന്ന സ്ഥാപനങ്ങൾ, ആശയങ്ങൾ, സംസ്കാരം, മൂല്യബോധങ്ങൾ എന്നിവ തുടരും. മുൻവ്യവസ്ഥയുടെ ഉല്പാദന ബന്ധങ്ങൾ വളരെ പെട്ടെന്നു തട്ടിനീക്കാനാവില്ല. സമൂഹത്തിൽ അടിയുറച്ചുപോയ ആശയങ്ങളെ എളുപ്പത്തിൽ പിഴുതുമാറ്റാനുമാവില്ല. അതിനർത്ഥം മുതലാളിത്തത്തിൽ ഫ്യൂഡലിസത്തിന്റെ അവശിഷ്ടങ്ങളായ ഭൂപ്രഭുത്വം, ജാതിവിവേചനങ്ങൾ, അന്ധവിശ്വാസങ്ങൾ എന്നിവ തുടരുമെന്നാണ്. മാത്രവുമല്ല വളരുന്ന മുതലാളിത്ത ഉല്പാദന ശക്തികൾ മുൻവ്യവസ്ഥയുടെ അവശിഷ്ടങ്ങളുമായി ഏറ്റുമുട്ടുമെന്നുമാണ്. സോഷ്യലിസ്റ്റുവ്യവസ്ഥയിൽ മുതലാളിത്ത സംസ്കാരവും മൂല്യബോധവും നിലനില്ക്കും എന്നാണ് മേൽപറഞ്ഞതിന് അർത്ഥം. മുതലാളിത്ത സ്ഥാപനങ്ങളും ആശയങ്ങളും പിഴുതുമാറ്റാനുള്ള ശ്രമങ്ങൾ സോഷ്യലിസ്റ്റു നിർമ്മാണത്തിന്റെ അവിഭാജ്യഘടകവുമാണ്. അതിൽ സംഭവിക്കുന്ന പിഴവുകൾ സോഷ്യലിസത്തെ അപകടപ്പെടുത്തും.

ഉല്പാദനരീതി

ഉല്പാദനശക്തികളും ഉല്പാദനബന്ധങ്ങളും ചേർന്നതാണ് ഉല്പാദനരീതി അഥവാ സാമ്പത്തികവ്യവസ്ഥ. ഇന്ത്യൻ സമ്പദ് വ്യവസ്ഥ എന്നു നാം കൂടെകൂടെ പറയാറുണ്ടല്ലോ. അദ്ധ്വാനോപകരണങ്ങൾ, സാങ്കേതികവിദ്യകൾ, അദ്ധ്വാനവിഷയവസ്തുക്കൾ, അദ്ധ്വാനശക്തി, ഉല്പാദനബന്ധങ്ങൾ എല്ലാം ചേർന്നതിനെയാണ് അപ്രകാരം വിശേഷിപ്പിക്കുന്നത്. ഒരു ഉല്പാദനരീതിയിൽനിന്നു മറ്റൊന്നിലേക്ക് (അടിമവ്യവസ്ഥയിൽനിന്നും ഫ്യൂഡൽ വ്യവസ്ഥയിലേക്ക്) സമൂഹം പുരോഗമിച്ചു എന്നു പറഞ്ഞാൽ അതിന്റെ അർത്ഥം ഒരു പ്രത്യേക ഉല്പാദനശക്തികളിലും ബന്ധങ്ങളിലുംനിന്നും ഉയർന്ന മറ്റൊന്നിലേക്കു മാറി എന്നാണ്. ചരിത്രത്തിൽ മുഖ്യമായും അഞ്ചു തരത്തിലുള്ള ഉല്പാദനരീതികളുണ്ട്: പ്രാകൃത കമ്യൂണിസം, അടിമവ്യവസ്ഥ, ഫ്യൂഡൽവ്യവസ്ഥ, മുതലാളിത്തം, സോഷ്യലിസം. (സോഷ്യലിസത്തിന്റെ ഉയർന്ന രൂപമാണ് കമ്യൂണിസം.)

“സമൂഹത്തിന്റെ ഉല്പാദനരീതി എങ്ങനെയോ, പ്രധാനമായും അങ്ങനെതന്നെയാണ് സമൂഹം തന്നെയും, അതിന്റെ ആശയങ്ങളും

സിദ്ധാന്തങ്ങളും രാഷ്ട്രീയാഭിപ്രായങ്ങളും രാഷ്ട്രീയ സ്ഥാപനങ്ങളും. കുറെക്കൂടി പച്ചയായി പറഞ്ഞാൽ, മനുഷ്യന്റെ ജീവിതരീതി എങ്ങനെയോ, അങ്ങനെതന്നെയാണ് അവന്റെ ചിന്താരീതിയും" (സ്റ്റാലിൻ– സി പി എസ് യു (ബി) ചരിത്രം).

എല്ലാ രാജ്യങ്ങളിലും എല്ലാകാലത്തും ഉല്പാദനരീതികളുടെ വികാസപരിണാമങ്ങൾ ഒരേതരത്തിലായിരിക്കും എന്നർത്ഥമില്ല. ഒരു രാജ്യത്ത് വികസിച്ച ഉല്പാദനരീതി അതേ സ്വഭാവങ്ങളോടെ മറ്റു രാജ്യങ്ങളിലും ആവർത്തിക്കണമെന്നില്ല.

ഉല്പാദനശക്തികളും ബന്ധങ്ങളും തമ്മിൽ ഏറ്റുമുട്ടൽ

ഉല്പാദനശക്തികളുടെ ഏറ്റവും പ്രധാന സവിശേഷത അതൊരിക്കലും നിശ്ചലമായി നിൽക്കുന്നില്ല എന്നതാണ്. ഉല്പാദനശക്തികൾ നിരന്തരം വികസിക്കുന്നു. വികസനത്തിനൊപ്പം സാമൂഹ്യ വ്യവസ്ഥയിലാകെ മാറ്റങ്ങളുണ്ടാകുന്നു. ഉല്പാദനശക്തികളാണ് സമൂഹത്തിലെ ഏറ്റവും വിപ്ലവപരമായ ഘടകം. സമൂഹം ഒരു ഉല്പാദനരീതിയിൽ നിന്നും മറ്റൊന്നിലേക്കു പ്രവേശിക്കുന്നതിന്റെ അടിസ്ഥാനഘടകം ഉല്പാദനശക്തികളുടെ വികാസമാണ്. "ഉല്പാദനോപകരണങ്ങളിലും തദ്വാരാ ഉല്പാദന ബന്ധങ്ങളിലും അതോടൊപ്പം സാമൂഹ്യബന്ധങ്ങളിലൊട്ടാകെയും നിരന്തരം വിപ്ലവകരമായ പരിവർത്തനം വരുത്താതെ ബൂർഷ്വാസിക്ക് നിലനില്ക്കാനാവില്ല" എന്നു കമ്യൂണിസ്റ്റ് മാനിഫെസ്റ്റോ പറയുന്നു.

ഉല്പാദനശക്തികൾ മാറുന്നതോടെ ഉല്പാദനബന്ധങ്ങളിലും മാറ്റമുണ്ടാകും. സമൂഹം ഫ്യൂഡലിസത്തിൽ നിന്നും മുതലാളിത്തത്തിലേക്കു വളരുമ്പോൾ, ഫ്യൂഡലിസം രൂപം നല്കിയ ഉല്പാദനബന്ധങ്ങൾ മുതലാളിത്ത ഉല്പാദനശക്തികൾക്കു വഴി മാറുന്നു. പക്ഷെ, ഉല്പാദനബന്ധങ്ങൾ അത്ര പെട്ടെന്ന് മാറുന്നില്ല. ഈ ഉദാഹരണത്തിൽ ഫ്യൂഡൽ ഉല്പാദന ബന്ധങ്ങൾ മുതലാളിത്തത്തിൽ തുടർന്നു നിലനിൽക്കാം. അങ്ങനെ നിലനില്ക്കുന്നത് മുതലാളിത്തത്തിന്റെ സ്വതന്ത്രമായ വികസനത്തെ തടസ്സപ്പെടുത്തും. വളർന്നുവരുന്ന ഉല്പാദനശക്തികളും മാറാതെ നില്ക്കുന്ന ഉല്പാദനബന്ധങ്ങളും തമ്മിൽ ഏറ്റുമുട്ടൽ അനിവാര്യമാണ്.

അടിത്തറയും മേല്പുരയും

മേൽപ്പറഞ്ഞവയിലൊന്നുംപെടാത്ത ചില കാര്യങ്ങളുണ്ട്. അവയാകട്ടെ വളരെ പ്രധാനമാണുതാനും. അവയുടെ സ്വാധീനശക്തി വിപുലവുമാണ്. രാഷ്ട്രീയ ആശയങ്ങൾ, രാഷ്ട്രീയപാർട്ടികൾ, നിയമനിർമ്മാണ

സഭകൾ, മതം, ആരാധനാലയങ്ങൾ, നിയമങ്ങളും കോടതികളും ജയിലുകളും, കുടുംബവ്യവസ്ഥ, സാഹിത്യം, സംസ്കാരം, കല അങ്ങനെ നിരവധിയുണ്ട്, ഇവയുടെ സ്ഥാനമെവിടെയാണ്? ഒരു വീടിന് അടിത്തറയും മേല്പുരയും ഉണ്ടാകുമല്ലോ. ഉല്പാദനശക്തികളും ഉല്പാദനബന്ധങ്ങളുമാണ് അടിത്തറ. മേൽപ്പറഞ്ഞ മതം, നിയമം, സാഹിത്യം, കല, സംസ്കാരം ഇവയെല്ലാം സാമ്പത്തിക അടിത്തറയുടെമേൽ കെട്ടിയുയർത്തപ്പെട്ട സാമ്പത്തികേതരമായ മേല്പുരയാണ്. മേല്പുരക്ക് മൂന്നു ഘടകങ്ങളുണ്ട്. ആശയങ്ങൾ, സ്ഥാപനങ്ങൾ, പ്രത്യയശാസ്ത്രബന്ധങ്ങൾ. മതം ഒരു സാമൂഹിക ആശയമാണ്. ആരാധനാലയങ്ങൾ, മതം നിലനിർത്താനുള്ള സ്ഥാപനങ്ങളാണ്. രാഷ്ട്രീയപാർട്ടി പ്രത്യയശാസ്ത്രത്തിന്റെ പ്രതീകമാണ്. അടിത്തറയാണ് മേല്പുരയ്ക്ക് ജന്മം നല്കുന്നത്. ചാണകം മെഴുകിയ അടിത്തറയ്ക്ക് ഓലയുടെ മേല്പുരയുണ്ടാകും. മാർബിൾ പതിച്ച അടിത്തറയ്ക്ക് കോൺക്രീറ്റ് മേല്പുരയും. സാമ്പത്തികേതരമായ മേല്പുരയ്ക്ക് സാമ്പത്തികാടിത്തറയുടെ മേൽ സ്വാധീനം ചെലുത്താൻ കഴിയും. രണ്ടുതരത്തിൽ സ്വാധീനശക്തി ചെലുത്താം. ഒന്ന് അടിത്തറയിൽ ഭേദഗതിവരുത്താൻ, മറ്റൊന്ന്, അടിത്തറയെ ഒന്നുകൂടി ഉറപ്പിച്ചുനിർത്താൻ.

"ചരിത്രത്തിന്റെ ഓരോ കാലഘട്ടത്തിലും അന്നന്നു നിലവിലുള്ള സാമ്പത്തികോല്പാദനവിനിമയങ്ങളുടെ രീതിയും അതിൽനിന്ന് അനിവാര്യമായി ഉടലെടുക്കുന്ന സാമൂഹ്യ ഘടനയുമാണ് അതാതു കാലഘട്ടത്തിലെ രാഷ്ട്രീയ–സാംസ്കാരിക ചരിത്രത്തിന്റെ അടിത്തറയായിത്തീരുന്നത്. ഈ അടിത്തറ കണ്ടറിഞ്ഞാൽ മാത്രമെ അന്നന്നത്തെ ചരിത്രത്തിന്റെ അർത്ഥവും മനസ്സിലാകുകയുള്ളൂ." (ഏംഗൽസ്–കമ്യൂണിസ്റ്റ്മാനിഫെസ്റ്റോ- ഇംഗ്ലീഷ് പതിപ്പിനുള്ള മുഖവുര)

പ്രാകൃത കമ്യൂണിസം

മനുഷ്യ സമൂഹം ഉടലെടുത്തിട്ട് ലക്ഷക്കണക്കിനു വർഷങ്ങളായി എന്ന് കരുതപ്പെടുന്നു. മനുഷ്യർ ഏറ്റവും കൂടുതൽ കാലം ജീവിച്ചത് പ്രാകൃത അവസ്ഥയിലാണ്. ലക്ഷോപലക്ഷം സംവത്സരങ്ങൾ പ്രാകൃത അവസ്ഥയിൽ കഴിഞ്ഞു. മറ്റു ജന്തുക്കൾക്കൊപ്പം, അവയെപ്പോലെ ജീവിതം നയിച്ചു. പ്രകൃതിയോട് മല്ലടിച്ചു ജീവിച്ചു. ആറേഴായിരം വർഷങ്ങളായിക്കാണും ഈ സ്ഥിതി അവസാനിച്ചിട്ട്. അദ്ധ്വാനശക്തി പ്രയോഗിക്കാനും അദ്ധ്വാനോപകരണങ്ങൾ നിർമ്മിക്കാനും തുടങ്ങിയതോടെയാണ് മനുഷ്യർ മൃഗാവസ്ഥ തരണം ചെയ്തത്. കല്ലും വടിയുമായിരുന്നു ആദ്യത്തെ പണിയായുധങ്ങൾ. വേട്ടയാടി ഭക്ഷണം തേടാനുമുള്ള സാദ്ധ്യത ഇതോടെ വർദ്ധിച്ചു. കാലാന്തരത്തിൽ ഗദകളും നീണ്ട കുന്തങ്ങളും ഉണ്ടാക്കി വലിയ മൃഗങ്ങളെയും മറ്റും പിടിക്കാൻ കഴിഞ്ഞു. തീയിന്റെ കണ്ടുപിടുത്തം ഒരു പുതുയുഗം

കുറിച്ചു. അതോടെ മനുഷ്യർ മറ്റു ജന്തുക്കളിൽനിന്നും പൂർണ്ണമായും വേർപിരിഞ്ഞു. എത്രയോ കാലത്തിനുശേഷമാണ് ലോഹംകൊണ്ട് പണിയായുധങ്ങൾ ഉണ്ടാക്കാൻ കഴിഞ്ഞത്. ആദ്യം ചെമ്പും പിന്നീട് വെള്ളോടും അവസാനം ഇരുമ്പും ഉപയോഗിച്ചു. അനേകമനേകം നൂറ്റാണ്ടുകൾ കല്ലുമാത്രമായിരുന്നു ആയുധം. ചെമ്പിന്റെയും വെള്ളോടിന്റെയും ഇരുമ്പിന്റെയും യുഗം പതിനായിരക്കണക്കിനു വർഷങ്ങൾ നീണ്ടുനിന്നു. ഒരു കല്ലു കൂർപ്പിച്ചെടുക്കുന്ന ജോലി മുത്തച്ഛന്റെ കാലത്തു തുടങ്ങിയാൽ ചെറുമകന്റെ കാലത്തേ പൂർത്തിയായിരുന്നുള്ളൂവെന്ന് ചരിത്രകാരന്മാർ രേഖപ്പെടുത്തിയിട്ടുണ്ട്.

ഉല്പാദനശക്തികളുടെ വളർച്ച അങ്ങേയറ്റം പിന്നോക്കമായിരുന്നു. അതിനനുസരിച്ച ഉപകരണങ്ങളാണ് നിലവിലുണ്ടായിരുന്നത്. ആളുകൾ കൂട്ടായിട്ടാണ് നായാട്ടിനും മത്സ്യം പിടിക്കാനും പോയിരുന്നത്. ഘോര വനാന്തരങ്ങളിൽ ഒരാൾക്ക് ഒറ്റയ്ക്ക് ഒന്നും ചെയ്യാൻ കഴിയുമായിരുന്നില്ല. കൂട്ടായി അവർ പണിയെടുത്തുണ്ടാക്കിയത് കൂട്ടായി അനുഭവിച്ചു. അദ്ധ്വാനോപകരണങ്ങളും കൂട്ടുടമസ്ഥതയിലായിരുന്നു. പ്രാകൃതസമൂഹത്തിന്റെ വകയായിട്ടുണ്ടായിരുന്നതു മുഴുവൻ പൊതു സ്വത്തായിരുന്നു. ഉല്പാദനശക്തികളുടെ പരിമിതി മൂലം ജീവിക്കാൻ ആവശ്യം വേണ്ടതിൽ കൂടുതലൊന്നും ഉല്പാദിപ്പിക്കാൻ അവർക്ക് കഴിഞ്ഞിരുന്നില്ല. അതുകൊണ്ട് തന്നെ മിച്ചോല്പാദനമൊന്നും ഇല്ലായിരുന്നു. സ്വകാര്യ സ്വത്തും ഭരണകൂടവും ഉണ്ടായിരുന്നില്ല. ചൂഷണവും ഇല്ലായിരുന്നു. ഈ വ്യവസ്ഥയെയാണ് മാർക്സ് പ്രാകൃത കമ്യൂണിസം എന്നു വിളിച്ചത്.

അദ്ധ്വാനോപകരണങ്ങളുടെ വളർച്ച സ്ത്രീയും പുരുഷനും തമ്മിലുള്ള സ്വാഭാവിക തൊഴിൽ വിഭജനം ആവശ്യമാക്കിത്തീർത്തു. അമ്പും വില്ലും മറ്റും കണ്ടുപിടിച്ചതോടെ നായാട്ട് കുറെക്കൂടി ഫലപ്രദമായി. പുരുഷൻമാർ നായാട്ടിനും മീൻപിടുത്തത്തിനും പോകുമ്പോൾ സ്ത്രീകൾ കുട്ടികളെ നോക്കി, ഭക്ഷണം പാകം ചെയ്തു, വീട്ടിലെ കാര്യങ്ങൾ ശ്രദ്ധിച്ചു.

കൃഷിയും ജന്തുക്കളെ വളർത്തലും ആരംഭിച്ചത് ചരിത്രത്തിലെ മറ്റൊരു നാഴികക്കല്ലായിരുന്നു. അതോടെയാണ് ഒരു സ്ഥലത്ത് സ്ഥിരവാസമുറപ്പിക്കാൻ മനുഷ്യൻ നിർബ്ബന്ധിതമായത്.

കാലം ചെന്നതോടെ പ്രാകൃത സമൂഹം ഗോത്രവ്യവസ്ഥയായി മാറാൻ തുടങ്ങി. രക്തബന്ധമുള്ളവർ ഗോത്രങ്ങളായി തിരിഞ്ഞു. സ്ത്രീകൾക്കായിരുന്നു ഗോത്രത്തിലെ മുഖ്യസ്ഥാനം. ഗോത്രങ്ങൾ മാതൃമേധാവിത്വ സമൂഹങ്ങളായിരുന്നു. കൃഷിയും കന്നുകാലി വളർത്തലും നടത്തിപ്പോന്നത് സ്ത്രീകളായിരുന്നു എന്നതാണ് അതിനു കാരണം. കാലിവളർത്തൽ പുരോഗമിച്ചതോടെ അതും പുരുഷന്മാരുടെ തൊഴിലായി, കൃഷി വളർന്നപ്പോൾ ആ ജോലിയും പുരുഷ

ന്മാർ ഏറ്റെടുത്തു. അങ്ങനെ ഗോത്രവ്യവസ്ഥയിലെ നേതൃസ്ഥാനം പുരുഷന്മാർക്കായി. പിതൃ മേധാവിത്വം വന്നു.

പില്ക്കാലത്ത് ചില സമൂഹങ്ങൾ, ചില വ്യക്തികൾ, കൃഷിയിൽ പ്രാവീണ്യം നേടി. മറ്റു ചിലർ കാലിവളർത്തലിൽ പരിചയം നേടി. കൃഷിയും കാലിവളർത്തലും തമ്മിലുള്ള സാമൂഹ്യ തൊഴിൽ വിഭജനത്തിന് ഇതു വഴിയൊരുക്കി. നായാട്ട് കുറെശ്ശെയായി ഉപേക്ഷിച്ചു. ഗോത്രങ്ങൾ വ്യത്യസ്തതൊഴിലുകളിൽ ഏർപ്പെട്ടതോടെ ഉല്പന്നങ്ങളുടെ കൈമാറ്റം അനിവാര്യമായി. കൈത്തൊഴിൽ ചെയ്യുന്ന ഒരു വിഭാഗത്തിന്റെ ആവിർഭാവം സാമൂഹ്യ വിഭജനം കുറെക്കൂടി വിപുലമാക്കി. കൈമാറ്റ കച്ചവടവും വിപുലമായി.

ആദ്യമൊക്കെ കൈമാറ്റ കച്ചവടം നടത്തിവന്നത് ഗോത്രത്തലവന്മാരായിരുന്നു. കച്ചവടം വളർന്നതോടെ ഗോത്ര സ്വത്ത് അവർ സ്വന്തം സ്വത്താക്കി വയ്ക്കാൻ തുടങ്ങി. കന്നുകാലികളായിരുന്നു ആദ്യം സ്വകാര്യസ്വത്തായത്. സ്വത്തുടമാബന്ധം ഉടലെടുത്തു. അസമത്വത്തിന്റെ ആരംഭം ഇങ്ങനെയാണ്.

ഉല്പാദനശക്തികളുടെ വളർച്ച നെല്ലും, ചോളവും, മാംസവും കൂടുതൽ ലഭിക്കുന്നതിനുള്ള സാദ്ധ്യത വളർത്തി. ആവശ്യത്തിൽ കൂടുതൽ ഉല്പന്നം ലഭിച്ചു. മിച്ചോല്പാദനം സാദ്ധ്യമായി. അത് കൂടുതൽ ഉല്പാദിപ്പിക്കാൻ പ്രേരണയുമായി. സാമ്പത്തികമായ ഉച്ചനീചത്വങ്ങൾ ഉടലെടുത്തതോടെ സ്ഥിതിസമത്വത്തിലുള്ള കൂട്ടായ്മ തകർന്നു.

അടിമ–ഉടമ വ്യവസ്ഥ

പ്രാകൃത കമ്യൂണിസത്തിന്റെ തകർച്ചയോടെ നിലവിൽവന്ന അടിമവ്യവസ്ഥ നാലായിരം വർഷത്തിലേറെക്കാലം നിലനിന്നു എന്നാണ് കണക്കാക്കപ്പെടുന്നത്. ചൂഷണത്തിന്റെ ഏറ്റവും ആദിമവും പ്രത്യക്ഷവും ആയ രൂപമാണിത്. തുടർന്നുവന്ന രണ്ടു വ്യവസ്ഥകളും–ഫ്യൂഡലിസവും, മുതലാളിത്തവും ചൂഷണവ്യവസ്ഥകൾ തന്നെ. ചൂഷണം ചെയ്യപ്പെടുന്നവരുടെയും ചൂഷണം ചെയ്യുന്നവരുടെയും രണ്ടു വർഗ്ഗങ്ങളായി സമൂഹം വേർപിരിഞ്ഞതായി നമുക്കു കാണാം. ഈ വർഗ്ഗങ്ങൾ തമ്മിലുള്ള സമരങ്ങളിലൂടെയാണ് ഒരു വ്യവസ്ഥയിൽ നിന്നും സമൂഹം വളർന്ന് കൂടുതൽ ഉയർന്ന മറ്റൊരു വ്യവസ്ഥിതിയിലെത്തുന്നത്. മാർക്സ് അതുകൊണ്ട് പറഞ്ഞു: "നാളിതുവരെ നിലനിന്ന സമൂഹത്തിന്റെ ചരിത്രം വർഗ്ഗസമരത്തിന്റെ ചരിത്രമാണ്."

ആദ്യമൊക്കെ സംഘട്ടനത്തിൽ തോറ്റവരെ തടവുകാരാക്കുകയോ വെറുതെ വിടുകയോ ആണ് ചെയ്തുകൊണ്ടിരുന്നത്. മിച്ച ഉല്പാദനം കിട്ടുമെന്നായപ്പോൾ മിച്ചോല്പാദനം കൂട്ടാനുള്ള ഉപകരണമായി അടിമകളെ മാറ്റി. ദരിദ്രരെയും കടം വീട്ടാത്തവരെയും വരെ അടിമകളാക്കി.

ഇരുമ്പു കലപ്പയുടെയും ഇരുമ്പു കോടാലിയുടെയും കണ്ടു

പിടുത്തം കൃഷി കൂടുതൽ സ്ഥലങ്ങളിലേക്ക് വ്യാപിക്കുന്നതിന് സഹായകമായി. അതിന് കൂടുതൽ അടിമകളെ വേണ്ടിവന്നു. കാലി വളർത്തൽ വികസിച്ചതോടെ അതിനുംവേണ്ടിവന്നു കൂടുതൽ പേർ. അടിമകളെക്കൊണ്ട് അദ്ധ്വാനിപ്പിച്ചു. കൂടുതൽ കൃഷി ചെയ്യിച്ചു. കൂടുതൽ കാലികളെ വളർത്തി.

ഗോത്രങ്ങളും കുലങ്ങളും അയിത്തം പാലിച്ച് വേറിട്ടു നിന്നു എന്ന് കരുതരുത്. സാമൂഹ്യ വിഭജനവും മാറ്റക്കച്ചവടവും വളർന്നതോടെ ഗോത്രങ്ങളും കുലങ്ങളും കൂട്ടുകെട്ടുണ്ടാക്കാൻ തുടങ്ങി. ഗോത്ര തലവന്മാരും കുലത്തിന്റെ മേധാവികളും പ്രഭുക്കന്മാരും രാജാക്കന്മാരായി മാറി. അവർക്ക് അടിമകളെ അടക്കിഭരിക്കണമായിരുന്നു. കൂടുതൽ ജോലി ചെയ്യിക്കണമായിരുന്നു, അവർ ദരിദ്രരായ ഗോത്രക്കാരെ അടിമകളാക്കി മർദ്ദിക്കാനും അടിച്ചമർത്താനും തുടങ്ങി. അവർ പൊലീസും കോടതിയും ശിക്ഷാവിധികളുമുണ്ടാക്കി. അങ്ങനെ ഭരണകൂടമുണ്ടായി. *ഭരണകൂടം ജനങ്ങൾക്കെതിരായ ബലപ്രയോഗത്തിന്റെ ഉപകരണമാണ്.*

അടിമവേല തുറന്ന ചൂഷണമാണെന്നുമുമ്പ് സൂചിപ്പിച്ചു. അടിമകളെ മൃഗങ്ങളെപ്പോലെ വില്ക്കുകയും വാങ്ങുകയും ചെയ്തിരുന്നു. അവരെ കൊല്ലാൻ ഉടമസ്ഥന് അവകാശമുണ്ടായിരുന്നു. ആരും ചോദിക്കാനില്ല. ഉല്പാദനോപകരണങ്ങൾ മാത്രമായിരുന്നു അടിമകൾ. അടിമകളുടെ അദ്ധ്വാനം കൊണ്ടുണ്ടാക്കുന്നതെല്ലാം ഉടമയുടെ വകയായിരുന്നു. സാധനങ്ങളുടെ കൈമാറ്റ കച്ചവടം വർദ്ധിച്ചുവന്നതോടെ അടിമകളെ തീവ്രമായി ചൂഷണം ചെയ്യാൻ തുടങ്ങി. മിച്ചാദ്ധ്വാനം മാത്രമല്ല അവശ്യാദ്ധ്വാനത്തിന്റെ ഒരു ഭാഗവും ചൂഷണം ചെയ്യപ്പെട്ടു.

അടിമവ്യവസ്ഥ ഉല്പാദനക്ഷമമല്ലായിരുന്നു. അടിമകൾക്ക് സ്വാഭാവികമായും ഉല്പാദനം വർദ്ധിപ്പിക്കാൻ താല്പര്യമില്ല. കാരണം സർവ്വതും ഉടമയ്ക്ക് അവകാശപ്പെട്ടതാണ്. സൗജന്യമായി പണിയെടുക്കാൻ അടിമകളുടെ ഒരു പടതന്നെ കൈവശമുള്ളതുകൊണ്ട് ഉടമയ്ക്കു ഉല്പാദനക്ഷമത വർദ്ധിപ്പിക്കുന്നതിൽ താല്പര്യമില്ലായിരുന്നു.

ആദ്യമൊക്കെ ഉല്പാദനം നടത്തിയിരുന്നത് സ്വന്തം ആവശ്യത്തിനായിരുന്നെങ്കിൽ പിന്നീട് ഉല്പാദനം വില്പനയ്ക്കു വേണ്ടിയായി.

കൈമാറ്റങ്ങളുടെയും ചരക്കുകളുടെയും എണ്ണം വർദ്ധിച്ചപ്പോൾ വിനിമയം കൂടുതൽ ബുദ്ധിമുട്ടായി. വിനിമയത്തിന് പൊതുവായി ഉപയോഗിക്കാവുന്ന ഒരു മാദ്ധ്യമം, പണം, ആവശ്യമായി തീർന്നു. ആദ്യം ചരക്കുതന്നെയാണ് പണത്തിന്റെ സ്ഥാനം വഹിച്ചത്. നെല്ലു നല്കി പകരം ആടിനെ വാങ്ങുന്നു. പിന്നീട് ആടിനെ കൈമാറ്റം ചെയ്ത് തുണി വാങ്ങുന്നു. ഇവിടെ ആട് പണത്തിന്റെ സ്ഥാനം വഹിക്കുന്നു. ഈ സംവിധാനം കൈമാറ്റം എളുപ്പമാക്കി. കച്ചവടം വിപുലമായി. കൈമാറ്റം ചെയ്യപ്പെടുന്ന ചരക്കുകളുടെ എണ്ണവും വൈവിദ്ധ്യവും കൈമാറ്റ

ത്തിലേർപെടുന്നവരുടെ സംഖ്യയും വർദ്ധിച്ചപ്പോൾ, ഒരു സ്ഥലത്തു നിന്നും സാധനങ്ങൾ വാങ്ങി മറ്റൊരു സ്ഥലത്തു വില്ക്കുന്ന ഒരു വിഭാഗം വളർന്നു വന്നു. അവരാണ് കച്ചവടക്കാർ. വ്യാപാരത്തിലൂടെ കൈവന്ന മൂലധനത്തിനാണ് വ്യാപാരമൂലധനമെന്നു പറയുക. കച്ചവടം വർദ്ധിച്ചപ്പോൾ ചെറിയ പട്ടണങ്ങളും ഉദയം ചെയ്തു.

ഇവയുടെയെല്ലാം ഫലമായി സ്വത്തുടമാബന്ധങ്ങളിൽ സമൂലമായ മാറ്റം വന്നു. അടിമകൾക്കൊപ്പം വ്യാപാരമൂലധനവും ധനികർക്കുണ്ടായി. അസമത്വം ഒന്നിനൊന്ന് പെരുകി, മാത്രവുമല്ല വ്യാപാരത്തിലൂടെ കൈവന്ന പണം കടമായി നല്കുന്ന വ്യവസ്ഥ വന്നപ്പോൾ ഹുണ്ടികമൂലധനം ആവിർഭവിച്ചു. ഉല്പാദനം ഇപ്പോഴും അടിമവേലയുടെ അടിസ്ഥാനത്തിലായതിനാൽ കൂലിവേല സമ്പ്രദായം ഉടലെടുത്തില്ല.

അടിമവ്യവസ്ഥയിൽ വൈരുദ്ധ്യങ്ങൾ ഒന്നിനൊന്നു ഏറിവന്നു. അടിമയും ഉടമയും തമ്മിലുള്ള അടിസ്ഥാനവൈരുദ്ധ്യം മാത്രമല്ല മൂർച്ഛിച്ചത് കൈമാറ്റങ്ങൾക്ക് കൂടുതൽ സാധനങ്ങൾ വേണ്ടിവന്നതും ഉല്പാദനക്ഷമത ഒട്ടും വർദ്ധിപ്പിക്കാൻ കഴിയാതിരുന്നതും മറ്റൊരു പ്രധാന വൈരുദ്ധ്യമായിരുന്നു. ഉടമകൾ ഉല്പാദനത്തിൽ താല്പര്യമെടുത്തില്ല. സ്വന്തമായ കായിക അദ്ധ്വാനത്തെ അവർ വെറുത്തു. മിച്ച ഉല്പാദനം വർദ്ധിപ്പിക്കുവാൻ ഉടമകൾ അടിമകളെ കൂടുതൽ കൂടുതൽ നിർബ്ബന്ധിക്കാൻ തുടങ്ങി. സൗജന്യമായി ജോലി ചെയ്യാൻ അടിമകൾ ഉള്ളതുകൊണ്ട് കുറഞ്ഞവിലയ്ക്ക് സാധനങ്ങൾ വില്ക്കാൻ വൻകിടക്കാർക്കു കഴിയുമായിരുന്നു, അതോടെ ചെറുകിട ഉല്പാദകർ തകർച്ച നേരിട്ടു.

അടിമവേല ഉല്പാദന ശക്തികളുടെ വളർച്ചയെ മരവിപ്പിച്ചു. ഉല്പാദനവും കച്ചവടവും അധഃപതിച്ചു. തൊഴിലുകൾ ഇല്ലാതായി.ഇത് നിരവധി അടിമ കലാപങ്ങൾക്കു കാരണമായി. ചെറുകിട കൃഷിക്കാരും അടിമവേലയ്ക്കെതിരെ നീങ്ങി. അടിമവ്യവസ്ഥയുടെ തകർച്ച അതിനേക്കാൾ ഉയർന്ന ചൂഷണാധിഷ്ഠിതമായ ഫ്യൂഡൽ വ്യവസ്ഥയിലേക്കു വഴിതുറന്നു.

ഫ്യൂഡലിസം

ഫ്യൂഡൽ വ്യവസ്ഥയിൽ ഭൂമിയാണ് അദ്ധ്വാന വിഷയവസ്തു. ഭൂമിയുടെ ഉടമകൾ ഒന്നുകിൽ രാജാവ്, അല്ലെങ്കിൽ പ്രഭു അല്ലെങ്കിൽ പള്ളി ആയിരുന്നു. ഭൂമി ആദ്യം ആയുഷ്കാലത്തേക്കും പിന്നീട് പരമ്പരാഗതാവകാശത്തോടെയും കൃഷിക്കാർക്ക് വിതരണം ചെയ്തു. കൃഷിക്കാർക്ക് നേരിട്ട് ഭൂമി നല്കുകയായിരുന്നില്ല. രാജാവിനും കൃഷിക്കാരനുമിടയിൽ ഇടത്തട്ടുകാരുടെ ഒരു നീണ്ട ശൃംഖല തന്നെയുണ്ടായിരുന്നു. ഒരാൾ മറ്റൊരാളുടെ കീഴിൽ എന്ന നിലയ്ക്കായിരുന്നു പദവി. രാജ

ാവോ പ്രഭുവോ താഴെ റാങ്കിലുള്ളവർക്ക് നല്കുന്ന ഭൂമിക്ക് ഫ്യൂഡ് എന്നാണ് പേര്. ഇതിൽ നിന്നാണ് ഫ്യൂഡലിസം എന്നപേര് ഉത്ഭവിച്ചത്. ഫ്യൂഡലിസത്തിന്റെ മറ്റൊരു പ്രത്യേകത കൃഷിക്കാർക്ക് സ്വന്തമായ അദ്ധ്വാനോപകരണങ്ങൾ ഉടമസ്ഥതയിൽ വയ്ക്കാമെന്നുള്ളതാണ്. അടിമവ്യവസ്ഥയിൽ ഈ അവകാശമില്ലായിരുന്നു. ഈ ഉപകരണങ്ങൾ ഉപയോഗിച്ച് പാട്ടഭൂമിയിൽ കൃഷിചെയ്യാൻ അയാൾക്ക് അവകാശമുണ്ടായിരുന്നു. അതിൽനിന്നുള്ള ഫലം അയാൾക്ക് അവകാശപ്പെട്ടതാണ്. എങ്കിലും അടിമയിൽനിന്നും വ്യത്യസ്തമായി കുറെ സമയം സ്വന്തം ഭൂമിയിൽ ചെലവഴിക്കാൻ കഴിഞ്ഞിരുന്നു. അത്രയും അളവിൽ അയാൾ സ്വതന്ത്രനായിരുന്നു. എന്നാൽ അദ്ധ്വാനം പാട്ടമായി കൊടുക്കേണ്ടി വന്നതിനാൽ ഏതാണ്ട് അടിമവേലതന്നെയാണ് കുടിയാൻ നിർവ്വഹിച്ചുപോന്നത്.

ചൂഷണത്തിന്റെ മറ്റൊരു രൂപമായിരുന്നു വിരുത്തിവേല സമ്പ്രദായം. അതായത് കുടിയാൻ ആഴ്ചയിൽ നിശ്ചിതദിവസങ്ങൾ സ്വന്തം പണിയായുധങ്ങൾ ഉപയോഗിച്ച് ജന്മിയുടെ ഭൂമിയിൽ നിർബ്ബന്ധമായും കൃഷി എടുക്കണം. ബാക്കി ദിവസം സ്വന്തം ഭൂമിയിലും.

ആദ്യമൊക്കെ പാട്ടം ഉല്പന്നമായി കൊടുത്താൽ മതിയായിരുന്നു. പിന്നീട് ജന്മികൾ പാട്ടം പണമായി വാങ്ങാൻ തുടങ്ങി. അതോടെ കൃഷിക്കാർ ഉല്പന്നങ്ങൾ മാർക്കറ്റിൽ വില്ക്കാൻ നിർബ്ബന്ധിതരായി, കൃഷിയുടെ കമ്പോളവല്ക്കരണം ആരംഭിച്ചു. കമ്പോളത്തിനുവേണ്ടി ഉല്പാദനം തുടങ്ങിയതോടെ സ്വാഭാവിക സമ്പദ്വ്യവസ്ഥ തകർന്നു. കൃഷിക്കാർക്കിടയിൽ തരംതിരിവുണ്ടായി. ചിലർ ധനികരും ഭൂരിപക്ഷം ദരിദ്രരുമായി മാറി. ഫ്യൂഡൽ വ്യവസ്ഥയുടെ ആദ്യകാലങ്ങളിൽ കമ്പോളത്തെ ലക്ഷ്യമാക്കിയിട്ടായിരുന്നില്ല ഉല്പാദനം, ഫ്യൂഡൽ ജന്മിക്കു വേണ്ടതെല്ലാം കുടിയാൻ ഉണ്ടാക്കി നൽകിയിരുന്നുതാനും.

ഉല്പാദനശക്തികളുടെ വളർച്ച കൂടുതൽ ഉയർന്ന തരത്തിലായിരുന്നു. ഉല്പാദനം ശക്തിപ്പെട്ടു. മെച്ചപ്പെട്ട ഉപകരണങ്ങൾ ഉപയോഗിക്കപ്പെട്ടു.

പട്ടണങ്ങളിലെ കൈവേലക്കാർ കൃഷിക്കാരുടെ ആവശ്യമനുസരിച്ചു ഉല്പന്നങ്ങളുണ്ടാക്കി നല്കി. ചരക്കുകൾക്ക് ആവശ്യക്കാർ കൂടിയപ്പോൾ അവർ കമ്പോളത്തിനു വേണ്ടിയും ഉല്പാദിപ്പിക്കാൻ തുടങ്ങി. കൈത്തൊഴിലുകൾ ലാഭകരമായതോടെ പട്ടണവാസികൾ കൃഷി ഉപേക്ഷിച്ചു. കൈവേലക്കാരനിൽനിന്നും നിർമ്മിത സാധനങ്ങൾ വാങ്ങാൻ തുടങ്ങി.

ആദ്യഘട്ടങ്ങളിൽ കൈവേലക്കാരും പാട്ടക്കാരായ കൃഷിക്കാരും ഉണ്ടാക്കിയ ഉല്പന്നങ്ങളും പിന്നെ വിദേശങ്ങളിൽനിന്നും എത്തുന്ന

സാധനങ്ങളുമാണ് കച്ചവടം ചെയ്തുപോന്നത്. ആവശ്യക്കാർ ഏറിയപ്പോൾ കച്ചവടം മാത്രം പോരാതെ വന്നു. അധിക ഉല്പാദനവും വേണം. വൻതോതിലുള്ള ഉല്പാദനത്തിലേക്ക് ഫ്യൂഡൽ വ്യവസ്ഥ നീങ്ങി. പതിന്നാലാം നൂറ്റാണ്ടിൽ ഇറ്റലിയിലും പതിനാറാം നൂറ്റാണ്ടിൽ മറ്റു രാജ്യങ്ങളിലും വൻകിടമുതലാളിത്ത ഫാക്ടറികൾ ഉയർന്നുവന്നു. അങ്ങനെ ഫ്യൂഡൽ വ്യവസ്ഥയുടെ അടിത്തറ ഇളകാൻ തുടങ്ങി. ഈ ചൂഷണവ്യവസ്ഥയ്ക്കെതിരെ കർഷകർ നയിച്ച അനവധി കർഷക കലാപങ്ങൾ തകർച്ച വേഗതയിലാക്കി.

മുതലാളിത്തം

ഉല്പാദന ശക്തികൾ ഏറെ വളർച്ച നേടിയ വ്യവസ്ഥയാണ് മുതലാളിത്തം, കുടിൽ വ്യവസായത്തിൽനിന്നും ഫാക്ടറി വ്യവസായത്തിലേക്കും കൈവേലയിൽനിന്നും വൻകിടയന്ത്രങ്ങളിലേക്കും ഉണ്ടായ മാറ്റമാണ് മുതലാളിത്തം പ്രതിനിധീകരിക്കുന്നത്. 15–ാം നൂറ്റാണ്ടിന്റെ അവസാനത്തിലും 16–ാം നൂറ്റാണ്ടിന്റെ ആദ്യപാദത്തിലുമാണ് യൂറോപ്പിൽ മുതലാളിത്തം വേരുറപ്പിച്ചു വളരാൻ തുടങ്ങിയത്. അനവധി സാഹചര്യങ്ങൾ അതിലേക്ക് നയിച്ചു. ആധുനിക വ്യവസായ മുതലാളിത്തത്തിന് രണ്ടു നൂറ്റാണ്ടിന്റെ ചരിത്രമേയുള്ളൂ.

ഫ്യൂഡലിസത്തിന്റെ കാലത്തുതന്നെ ഭൂപ്രഭുക്കളുടെ കൊട്ടാരങ്ങളെ കേന്ദ്രമാക്കി ചെറിയ പട്ടണങ്ങൾ വളരാൻ തുടങ്ങിയിരുന്നു. പട്ടണങ്ങൾ കാലക്രമത്തിൽ പ്രമുഖ വ്യാപാരകേന്ദ്രങ്ങളായി മാറി. ഫ്യൂഡൽ ബന്ധങ്ങളെ തകർക്കുന്ന കാര്യത്തിൽ വ്യാപാരം വലിയ പങ്കുവഹിച്ചു. വ്യാപാരികൾ അവരുടെ വ്യാപാരം വിപുലപ്പെടുത്തുവാൻ കൈവേലക്കാരനും കൃഷിക്കാരനും ഉപകരണങ്ങളും അസംസ്കൃത വസ്തുക്കളും നല്കി. ഉല്പാദിപ്പിക്കപ്പെട്ട വസ്തുക്കൾ തിരിച്ചുവാങ്ങി. ഇങ്ങനെ ഒരു വിഭാഗം കൃഷിക്കാരും കൈവേലക്കാരും കൂലിതൊഴിലാളികളായി മാറി.

യൂറോപ്യൻ രാജ്യങ്ങളും പൗരസ്ത്യ ദേശങ്ങളും തമ്മിലുള്ള വ്യാപാരവർദ്ധനവും പാശ്ചാത്യ രാജ്യങ്ങൾ തമ്മിൽ തമ്മിലുള്ള വ്യാപാര വർദ്ധനവും പ്രധാന സംഭവങ്ങളായിരുന്നു. 15–ാം നൂറ്റാണ്ടിൽ അമേരിക്ക കണ്ടുപിടിക്കപ്പെട്ടു. ഇന്ത്യയിലേക്കുള്ള കടൽമാർഗ്ഗവും കണ്ടുപിടിച്ചു. ഈസ്റ്റ് ഇന്ത്യാ കമ്പനിയുടെ സ്ഥാപനം ലോകവിപണി കൂടുതൽ വിപുലമാക്കി. ഈ മാറ്റങ്ങൾക്കനുസരിച്ച് ഉല്പാദനം വർദ്ധിപ്പിക്കേണ്ടിയിരുന്നു. ഉല്പാദന വർദ്ധനക്ക് കൂടുതൽ തൊഴിലാളികളെ വേണം. ഭൂമിയോട് ബന്ധിപ്പിക്കപ്പെട്ടിരുന്ന കൃഷിക്കാർ സ്വതന്ത്രരായിരുന്നില്ല. അവരെ സ്വതന്ത്രരാക്കണം. ഒപ്പം ഉയർന്നുവരുന്ന ബൂർഷ്വാസിക്ക് മൂലധനവും ആവശ്യമായിരുന്നു. കൃഷിക്കാരെ അവരുടെ ഭൂമിയിൽ നിന്നും ആട്ടിപ്പായിക്കുകയായിരുന്നു സ്വീകരിച്ച മാർഗ്ഗം.

അതോടെ അദ്ധ്വാനശക്തിമാത്രം കൈവശമുള്ള നിസ്വരുടെ ഒരു വർഗവുമുണ്ടായി. അവരുടെ സ്വത്ത് ന്യൂനപക്ഷം കൈയടക്കി. മൂലധനനിക്ഷേപം ആരംഭിച്ചു.

വെറുക്കപ്പെട്ട ഫ്യൂഡൽ പ്രഭുക്കൾക്കെതിരെ കൃഷിക്കാർ നടത്തിയ പോരാട്ടങ്ങൾ ബൂർഷ്വാസിക്ക് വളരെ സഹായകരമായി.

വ്യാപാര വർദ്ധനയോടെ മറ്റൊരു പ്രതിഭാസവും ഉടലെടുത്തു. ധനികരായ വ്യാപാരികൾ ഫ്യൂഡൽ പ്രഭുക്കൾക്കും, കൈവേലക്കാർക്കും പള്ളികൾക്കും വൻതോതിൽ പണം വായ്പനല്കാൻ തുടങ്ങി. വായ്പ തിരിച്ചടയ്ക്കാൻ കഴിയാതെ വന്നപ്പോൾ കൊള്ളപ്പലിശക്കാർ ഇക്കൂട്ടരെ കൂടുതൽ ഞെക്കിപ്പിഴിയാനും തുടങ്ങി. ഇതിന്റെ ഫലമായി കൃഷിക്കാർക്കും കൈവേലക്കാർക്കും ഭൂമി നഷ്ടപ്പെട്ടു.

4

മാർക്സിയൻ അർത്ഥശാസ്ത്രം

മുതലാളിത്തത്തിന്റെ വളർച്ചയും അനിവാര്യമായ തകർച്ചയുമാണ് മാർക്സിയൻ അർത്ഥശാസ്ത്രത്തിന്റെ പ്രതിപാദ്യം. ചരിത്രത്തിൽ വൈരുദ്ധ്യാത്മകരീതി പ്രയോഗിക്കുന്നതിന്റെ മികച്ച ഉദാഹരണം കൂടിയാണ് മാർക്സിയൻ അർത്ഥശാസ്ത്രം. മാർക്സിന്റെ പ്രമുഖ കൃതികളിലൊന്നായ *മൂലധന*ത്തിന്റെ (1867) പരിശോധനാവിഷയവും മുതലാളിത്തത്തിന്റെ വളർച്ചയും തകർച്ചയുമാണ്.

മുതലാളിത്തത്തിന്റെ തകർച്ച അനിവാര്യം

മുതലാളിത്തം ചരിത്രത്തിലെ ആദ്യത്തെ സാമൂഹ്യവ്യവസ്ഥയല്ല. അവസാനത്തെ സാമൂഹ്യവ്യവസ്ഥയാകാനും സാദ്ധ്യമല്ല. ചരിത്രപരമായി വികാസം പ്രാപിച്ച സാമൂഹ്യവ്യവസ്ഥകളിൽ ഒന്നുമാത്രമാണത്.

ദീർഘകാലം മനുഷ്യസമൂഹം പ്രാകൃത കമ്യൂണിസ്റ്റ് വ്യവസ്ഥയിലായിരുന്നു. അന്ന് സ്വകാര്യസ്വത്ത് ഇല്ലായിരുന്നു. അതുകൊണ്ട് വർഗ്ഗങ്ങളുമില്ലായിരുന്നു. സ്വകാര്യസ്വത്തിന്റെ ആവിർഭാവത്തോടെ ഉള്ളവരെന്നും ഇല്ലാത്തവരെന്നും സമൂഹം വേർപിരിഞ്ഞു. ചരിത്രത്തിലെ ആദ്യത്തെ വർഗ്ഗ വ്യവസ്ഥയായ അടിമത്തം രൂപംകൊണ്ടു. ഏറെക്കാലം അടിമത്തം നിലനിന്നു. അടിമകളും ഉടമകളും തമ്മിലെ നിരന്തര പോരാട്ടവും ഫ്യൂഡൽ ഉല്പാദന ശക്തികളുടെ വളർച്ചയും ആ വ്യവസ്ഥയ്ക്ക് അന്ത്യം കുറിച്ചു. അടിമവ്യവസ്ഥയെ നിഷേധിച്ച് വളർന്നുവന്ന ഫ്യൂഡൽ വ്യവസ്ഥയും നിലനിന്നില്ല. ജന്മികളും കുടിയാന്മാരും തമ്മിലെ വർഗ്ഗസമരങ്ങളും മുതലാളിത്ത ഉല്പാദന ശക്തികളുടെ വികാസവും ഫ്യൂഡൽ

വ്യവസ്ഥയെ തകർത്തു. ഫ്യൂഡൽ അവശിഷ്ടങ്ങളിൽനിന്നും രൂപം കൊണ്ട മുതലാളിത്തത്തെ കാത്തിരിക്കുന്നതും അനിവാര്യമായ തകർച്ചയാണ് –അടിമത്തവും ഫ്യൂഡൽ വ്യവസ്ഥയും വർഗ്ഗസംഘട്ടനങ്ങളിൽ തകർന്നതുപോലെ. മാർക്സും എംഗൽസും *കമ്യൂണിസ്റ്റ് മാനിഫെസ്റ്റോ* (1848)യിൽ ഇപ്രകാരം നിരീക്ഷിക്കുന്നു:

> നാളിതുവരെ നിലനിന്നിട്ടുള്ള എല്ലാ സമൂഹങ്ങളുടെയും ചരിത്രം വർഗ്ഗസമരങ്ങളുടെ ചരിത്രമാണ്. സ്വതന്ത്രനും അടിമയും, പെട്രീഷ്യനും പ്ലെബിയനും, ഗിൽഡ് മാസ്റ്ററും വേലക്കാരനും–ചുരുക്കിപ്പറഞ്ഞാൽ മർദ്ദകനും മർദ്ദിതനും തീരാവൈരികളായി നിലകൊള്ളുകയും ചിലപ്പോൾ ഒളിഞ്ഞും ചിലപ്പോൾ തെളിഞ്ഞും ഇടതടവില്ലാതെ പോരാട്ടം നടത്തുകയും ചെയ്തു. സമൂഹത്തിന്റെയാകെയുള്ള വിപ്ലവകരമായ പുനഃസംഘടനയിലോ മത്സരിക്കുന്ന വർഗ്ഗങ്ങളുടെ പൊതുനാശത്തിലോ ആണ് ഈ പോരാട്ടം ഓരോ അവസരത്തിലും അവസാനിച്ചിട്ടുള്ളത്.

ആരെങ്കിലും മോഹിക്കുന്നതുകൊണ്ടല്ല മുതലാളിത്തം തകരുന്നത്. വൈരുദ്ധ്യങ്ങൾ, അവ തമ്മിൽ ഏറ്റുമുട്ടൽ, വ്യവസ്ഥയുടെ തകർച്ച, പുതിയ വ്യവസ്ഥയുടെ ഉദയം, പുതിയവ്യവസ്ഥയിലെ വൈരുദ്ധ്യങ്ങളുടെ സംഘട്ടനം, ഇനിയും പുതിയതിന്റെ ജനനം–അതാണ് പ്രകൃതിയുടെ ചലനനിയമം; സമൂഹത്തിന്റെ വികാസനിയമം.

വർഗ്ഗവൈരുദ്ധ്യം ഏറ്റവും മൂർച്ഛിച്ച വ്യവസ്ഥയാണ് മുതലാളിത്തം.

> ഫ്യൂഡൽ സമൂഹത്തിന്റെ നാശാവശിഷ്ടങ്ങളിൽനിന്നും മുളയെടുത്ത ഇന്നത്തെ ബൂർഷ്വാസമൂഹം വർഗ്ഗവൈരുദ്ധ്യങ്ങളെ ഇല്ലായ്മ ചെയ്തിട്ടില്ല. പഴയ വ്യവസ്ഥയുടെ സ്ഥാനത്ത് പുതിയ വർഗ്ഗങ്ങളെയും പുതിയ മർദ്ദന സാഹചര്യങ്ങളെയും പ്രതിഷ്ഠിക്കുക മാത്രമാണ് ചെയ്തിട്ടുള്ളത്. എന്നാൽ മുതലാളിത്ത ഘട്ടത്തിന് ഈയൊരു സവിശേഷതയുണ്ട്. അതു വർഗ്ഗ വൈരുദ്ധ്യങ്ങളെ കൂടുതൽ മൂർച്ഛിപ്പിച്ചിരിക്കുന്നു. സമൂഹത്തെയാകെ രണ്ടു വലിയ ശത്രുപാളയങ്ങളായി, പരസ്പരം അഭിമുഖമായി നില്ക്കുന്ന രണ്ടുവലിയ വർഗ്ഗങ്ങളായി കൂടുതൽ കൂടുതൽ പിളർന്നുകൊണ്ടിരിക്കുകയാണ്. ബൂർഷ്വാസിയും തൊഴിലാളിവർഗ്ഗവുമാണ് അവ. (കമ്യൂണിസ്റ്റ് മാനിഫെസ്റ്റോ)

മുതലാളിത്തത്തിലെ അടിസ്ഥാന വൈരുദ്ധ്യം

എന്താണ് മുതലാളിത്തത്തിലെ അടിസ്ഥാന വൈരുദ്ധ്യം? ന്യൂന

പക്ഷം വരുന്ന മുതലാളികൾ ഉല്പാദനോപാധികൾ കൈയടക്കിവെക്കുന്നു. അവർ അദ്ധ്വാനിക്കുന്നില്ല. ഭൂരിപക്ഷക്കാരായ തൊഴിലാളികൾ ഉല്പാദനോപാധികളുടെ ഉടമകളല്ല. എന്നാൽ അവർ അദ്ധ്വാനിക്കുന്നു. അവരുടെ അദ്ധ്വാനഫലം മുതലാളിത്തം കവർന്നെടുക്കുന്നു. അതായത് അദ്ധ്വാനശേഷിയുടെ കൂലി കിഴിച്ച് മിച്ചഭാഗം മുതലാളിത്തം കവർന്നെടുക്കുന്നു. ചൂഷണം പെരുകുന്തോറും തൊഴിലാളികളും മുതലാളികളും തമ്മിലെ വർഗ്ഗ വൈരുദ്ധ്യം ഒന്നിനൊന്നു മൂർച്ഛിക്കുന്നു. നിരന്തരമായ ഏറ്റുമുട്ടലുകളും മുതലാളിത്തത്തിന്റെ വിനാശവും സോഷ്യലിസത്തിന്റെ പിറവിയും അനിവാര്യമാണ്.

തൊഴിലാളി വർഗ്ഗത്തിന്റെ ചരിത്രപരമായ കടമ

മുതലാളിത്തത്തിനെതിരായ പോരാട്ടത്തിനു നേതൃത്വം നല്കാൻ ചരിത്രപരമായി നിയോഗമുള്ള വർഗ്ഗമാണ് തൊഴിലാളിവർഗ്ഗം. എന്തുകൊണ്ടെന്നാൽ "സ്വന്തം മരണത്തെ വിളിച്ചുവരുത്താനുള്ള ആയുധങ്ങൾ ഊട്ടിയുണ്ടാക്കുക മാത്രമല്ല ബൂർഷ്വാസി ചെയ്തിരിക്കുന്നത്. ഈ ആയുധങ്ങളെടുത്തു പ്രയോഗിക്കുവാനുള്ള ആളുകളെകൂടി–ആധുനിക തൊഴിലാളി വർഗ്ഗത്തെ–അതു സൃഷ്ടിച്ചിട്ടുണ്ട്." "ഇന്നു ബൂർഷ്വാസിക്ക് അഭിമുഖമായി നിൽക്കുന്ന എല്ലാ വർഗ്ഗങ്ങളിലുംവച്ച് യഥാർത്ഥത്തിൽ വിപ്ലവകാരിയായ ഒരേയൊരു വർഗ്ഗം തൊഴിലാളിവർഗ്ഗമാണ്. ആധുനിക വ്യവസായത്തിന്റെ മുന്നിൽ മറ്റുവർഗങ്ങളെല്ലാം ക്ഷയിക്കുകയും ഒടുവിൽ തിരോഭവിക്കുകയും ചെയ്യുന്നു. തൊഴിലാളിവർഗ്ഗം മാത്രമാണ് അതിന്റെ സവിശേഷവും സാരവത്തുമായ ഉല്പന്നം." മാത്രമല്ല, "ബൂർഷ്വാസി സൃഷ്ടിക്കുന്നത് അതിന്റെ സ്വന്തം ശവക്കുഴി തോണ്ടുന്നവരെയാണ്. അതിന്റെ പതനവും തൊഴിലാളിവർഗ്ഗത്തിന്റെ വിജയവും ഒരുപോലെ അനിവാര്യമാണ്." (*കമ്യൂണിസ്റ്റ് മാനിഫെസ്റ്റോ*)

ലക്ഷ്യം മനുഷ്യ സമൂഹത്തിന്റെ മോചനം

ബൂർഷ്വാസിയുടെ മർദ്ദനസാഹചര്യങ്ങളിൽനിന്ന് തൊഴിലാളി വർഗ്ഗത്തിനുമാത്രമായി മോചനം സാദ്ധ്യമല്ല. സമൂഹത്തെയാകെ ചൂഷണവ്യവസ്ഥയിൽനിന്നും എന്നെന്നേക്കുമായി മോചിപ്പിക്കുന്നതിലൂടെ മാത്രമെ തൊഴിലാളി വർഗ്ഗത്തിനും മോചനമുള്ളൂ. *കമ്യൂണിസ്റ്റ് മാനിഫെസ്റ്റോ*യിലുടനീളം പ്രസരിച്ചിട്ടുള്ള "മൗലികചിന്താഗതി" എന്ന് എംഗൽസ് ഈ നിരീക്ഷണത്തെ വിശേഷിപ്പിച്ചിരിക്കുന്നു. സമൂഹത്തിന്റെ മുഴുവൻ മോചനം തൊഴിലാളിവർഗ്ഗത്തിന്റെയും അതിന്റെ മുന്നണി പടയായ കമ്യൂണിസ്റ്റ് പാർട്ടിയുടെയും നേതൃത്വത്തിൽ എന്നാണ് ഇപ്പറഞ്ഞതിനർത്ഥം.

കൂലിവേല സമ്പ്രദായത്തെ അടിസ്ഥാനമാക്കിയ സാർവ്വത്രിക ചരക്കുല്പാദനവ്യവസ്ഥ

എന്താണ് മുതലാളിത്തം? പല നിർവ്വചനങ്ങളും നല്കപ്പെട്ടിട്ടുണ്ട്. അത് കമ്പോളവ്യവസ്ഥയാണ്. മുതലാളിത്തം ചൂഷണ വ്യവസ്ഥയാണ്. ലാഭാധിഷ്ഠിതമാണ്; മത്സരാധിഷ്ഠിതമാണ്. ഇപ്പറഞ്ഞവയെല്ലാം ശരിയായ നിർവ്വചനങ്ങൾ തന്നെ. പക്ഷേ, അവയോരോന്നും മുതലാളിത്തത്തിന്റെ പ്രത്യേക സ്വഭാവത്തിൽ ഊന്നുന്നവയാണ്. മുതലാളിത്തത്തിന്റെ അടിസ്ഥാന സ്വഭാവം അവ വെളിപ്പെടുത്തുന്നില്ല. മുതലാളിത്തം കൂലിവേല സമ്പ്രദായത്തെ അടിസ്ഥാനമാക്കിയ സാർവ്വത്രിക ചരക്കുല്പാദനവ്യവസ്ഥയാണ്. ഇതാണ് ശാസ്ത്രീയമായ നിർവ്വചനം.

മുതലാളിത്ത ചൂഷണം മറച്ചുവയ്ക്കപ്പെടുന്നു

മുതലാളിത്തം ചൂഷണവ്യവസ്ഥയാണെന്നു മുമ്പു സൂചിപ്പിച്ചുവല്ലോ. പക്ഷേ, മുതലാളിത്ത ചൂഷണരീതിക്ക് പ്രത്യേകതയുണ്ട്. ചൂഷണം സമർത്ഥമായി മറച്ചുവയ്ക്കപ്പെടുന്നു എന്നതാണ് പ്രത്യേകത. അടിമവ്യവസ്ഥയിൽ തുറന്ന ചൂഷണമാണ്. അടിമകളെകൊണ്ട് രാപകലില്ലാതെ ജോലിയെടുപ്പിക്കാം, അവരെ കന്നുകാലികളെയെന്നപോലെ വില്ക്കാം, വാങ്ങാം, അടിക്കാം, കൊല്ലാം. വല്ലപ്പോഴും എന്തെങ്കിലും നല്കിയാലായി. അദ്ധ്വാനത്തിനു കൂലിയില്ല. ഫ്യൂഡൽ വ്യവസ്ഥയിലും അദ്ധ്വാനത്തിനു കൂലിയില്ല. കുടിയാൻ ജന്മിയുടെ ഭൂമിയിൽ നിർബ്ബന്ധപ്പണിയാണ് ചെയ്യുന്നത്. പാട്ടഭൂമിയിലെ നാമമാത്രമായ ഉല്പന്നം കുടിയാന് ഉപയോഗിക്കാം. പകരം അദ്ധ്വാനം പാട്ടമായി കൊടുക്കണം. വില്ക്കാനോ വാങ്ങാനോ കഴിയില്ല എന്നതൊഴിച്ചാൽ അടിമയുടേതിൽനിന്നും വലിയ വ്യത്യാസമില്ല കുടിയാന്റെ കാര്യത്തിൽ. സ്വാതന്ത്ര്യം രണ്ടുപേർക്കും കമ്മിയാണ്. കുടിയാനെ കൊല്ലാൻ ജന്മിക്ക് അവകാശമില്ല.

അടിമവ്യവസ്ഥയിൽ അടിമകളുടെ അദ്ധ്വാനശേഷിയുടെ അവകാശികൾ അടിമകളല്ല. അവരുടെ ഉടമകളാണ്. അടിമകൾക്ക് കൂലിയൊന്നും നല്കപ്പെടുന്നില്ല. കുടിയാന്റെ അദ്ധ്വാനശേഷി ജന്മിയുടേതാണ്. കുടിയാന് കൂലി നൽകുന്നില്ല. അതായത് രണ്ടും കൂലി വ്യവസ്ഥകളല്ല. എന്നാൽ മുതലാളിത്തം കൂലിവേല സമ്പ്രദായമാണ്.

മുതലാളിത്ത വ്യവസ്ഥയിൽ, മുതലാളികൾ തൊഴിലാളികളുടെ അദ്ധ്വാനശേഷി വിലയ്ക്ക് വാങ്ങുന്നു. തൊഴിലാളികൾക്ക് അവരുടെ അദ്ധ്വാനശക്തി വില്ക്കാനുള്ള സ്വാതന്ത്ര്യമുണ്ടാകേണ്ടത് മുതലാളിത്ത വളർച്ചയ്ക്ക് അത്യാവശ്യമാണ്. തൊഴിലാളികൾ അദ്ധ്വാനശക്തി കൂലിക്കു വില്ക്കുന്നു. പക്ഷേ കൂലിയെക്കാൾ കൂടുതൽ മൂല്യം ഉല്പാദി

പ്പിക്കാൻ തൊഴിലാളിക്കു കഴിയും. അങ്ങനെ ഉല്പാദിപ്പിക്കപ്പെടുന്ന മിച്ച മൂല്യം മുതലാളികൾ കവർന്നെടുക്കുന്നു. ഈ വസ്തുത വളരെ സമർത്ഥമായി മറച്ചുവയ്ക്കപ്പെടുകയാണ് ചെയ്യുന്നത്. തൊഴിലാളികൾ കരുതുന്നത് അവരുടെ അദ്ധ്വാനത്തിനുള്ള കൂലി കിട്ടുന്നുണ്ടെന്നാണ്. ജീവിതച്ചെലവു കൂടുമ്പോൾ തൊഴിലാളികൾ കൂലിക്കൂടുതലിനുവേണ്ടി സമരം ചെയ്യും. സ്വല്പം കൂലിവർദ്ധന നേടിയാൽ അവർ സംതൃപ്തരാകുന്നു. യഥാർത്ഥത്തിൽ അവരുടെ അദ്ധ്വാനശേഷിയുടെ മൂല്യ (കൂലി) ത്തേക്കാൾ അധികം മൂല്യം സൃഷ്ടിക്കുന്നുണ്ട്. നല്കപ്പെടുന്ന കൂലി ഒരിക്കലും തൊഴിലാളികൾ സൃഷ്ടിക്കുന്ന മൂല്യത്തിനൊപ്പമെത്തുകയില്ല. തൊഴിലാളികളുടെ ആകെ അദ്ധ്വാനത്തിനു പൂർണ്ണ പരിഹാരമല്ല കൂലി. അധികമൂല്യം അഥവാ മിച്ചമൂല്യം അപ്പാടെ മുതലാളികൾ ചൂഷണം ചെയ്യുകയാണ്. മിച്ചമൂല്യം ചൂഷണം ചെയ്താണ് മുതലാളികൾ ലാഭം കുന്നുകൂട്ടുന്നതും മൂലധനം വളർത്തുന്നതും. മിച്ചമൂല്യമാണ് മൂലധനത്തിന്റെ സ്രോതസ്സ് അല്ലെങ്കിൽ മുതലാളിത്തവളർച്ചയുടെ ഉറവിടം. ഈ വസ്തുത വെളിച്ചത്തു കൊണ്ടുവന്നതാണ് മാർക്സിന്റെ പ്രമുഖ സംഭാവനകളിലൊന്ന്. മുതലാളിത്തചൂഷണത്തെ മറച്ച മൂടുപടം അദ്ദേഹം പിച്ചിചീന്തിയെറിഞ്ഞു.

മുതലാളിത്തം കൂലി അടിമത്തമാണ്

മുതലാളിത്തത്തിൽ തൊഴിലാളികൾ സ്വതന്ത്രരാണെന്നും മുതലാളികൾക്കൊപ്പം സമത്വമുണ്ടെന്നും പ്രചരിപ്പിക്കപ്പെടുന്നുണ്ട്. അടിമയെപ്പോലെയോ, ഭൂവുടമയ്ക്കുവേണ്ടി നിർബ്ബന്ധപൂർവ്വം പണിയെടുക്കുന്ന കൃഷിക്കാരനെപ്പോലെയോ, അല്ല തൊഴിലാളി. പക്ഷേ, എത്രത്തോളമുണ്ട് സ്വാതന്ത്ര്യം? വേണമെങ്കിൽ ഒരു മുതലാളിയെ ഉപേക്ഷിച്ച് സ്വതന്ത്രനാകാം. എന്നാൽ മറ്റൊരാളെ ആശ്രയിച്ചേ ഒക്കൂ. ആരെയും ആശ്രയിക്കുന്നില്ലെങ്കിലോ? ഫലം പട്ടിണിതന്നെ. കൂലിക്കുവേണ്ടി നിർബ്ബന്ധമായും പണിയെടുത്തേ ജീവിതം തള്ളിനീക്കാൻ കഴിയൂ. അത് ഒരുതരം അടിമത്തമാണ്–കൂലി അടിമത്തം. മാർക്സ് ഇങ്ങനെ പറഞ്ഞിട്ടുണ്ട്, "റോമിലെ അടിമ കാൽച്ചങ്ങലകളാൽ കെട്ടിയിടപ്പെട്ടിരുന്നെങ്കിൽ, കൂലിവേലക്കാരൻ, അദൃശ്യ തന്തുക്കളാൽ അവന്റെ യജമാനനുമായി ബന്ധിക്കപ്പെട്ടിരിക്കുന്നു."

വില്ക്കാൻ വേണ്ടി നിർമ്മിക്കപ്പെട്ട ഉല്പന്നമാണ് ചരക്ക്

എന്താണ് ചരക്ക്? വില്ക്കാൻവേണ്ടി നിർമ്മിക്കപ്പെട്ട ഉപയോഗമൂല്യമുള്ള ഉല്പന്നമാണ് ചരക്ക്. ഒന്നാമതായി ഉപഭോക്താവിന്റെ ആവശ്യത്തെ തൃപ്തിപ്പെടുത്തുന്നു. അതുകൊണ്ടാണ് അവയ്ക്ക് ആവശ്യ

ക്കാരുണ്ടാകുന്നത്. ചരക്കുകൾക്ക് ഉപയോഗമൂല്യമുണ്ട്. രണ്ട്, ചരക്കുകൾ വില്ക്കുകയും വാങ്ങപ്പെടുകയും ചെയ്യുന്നു. അഥവാ കൈമാറ്റം ചെയ്യപ്പെടുന്നു. അതിന് വിനിമയ മൂല്യമുണ്ട്. വില്പനയും ലാഭവുമാണ് മുതലാളിത്തം ലക്ഷ്യമാക്കുന്നത്.

ചരക്കുല്പാദനം മുൻ സാമൂഹ്യവ്യവസ്ഥകളിലുമുണ്ട്. ഉണ്ടാക്കപ്പെട്ട ഉല്പന്നങ്ങളെല്ലാം അവ നിർമ്മിച്ചവർതന്നെ ഉപയോഗിക്കുകയായിരുന്നില്ലല്ലോ. കുറേ ഉല്പന്നങ്ങൾ വില്ക്കപ്പെട്ടിരുന്നു. എന്നാൽ മുതലാളിത്ത വ്യവസ്ഥയിലാണ് ചരക്കുല്പാദനം സാർവ്വത്രികമായത്. ഉല്പന്നങ്ങൾ മാത്രമല്ല, അദ്ധ്വാനശേഷിയും ചരക്കാണ്.

അദ്ധ്വാനശേഷിയും ചരക്കാണ്

മനുഷ്യരിൽ കുടികൊള്ളുന്ന മാനസികവും കായികവുമായ കഴിവുകളുടെ ആകെത്തുകയാണ് അദ്ധ്വാനശേഷി. അദ്ധ്വാനശേഷിയുടെ ഉടമകൾ തൊഴിലാളികളാണ്. അവർ അത് നിശ്ചിത സമയത്തേക്ക് മുതലാളികൾക്ക് വില്ക്കുന്നു. മുതലാളിത്തത്തിന് ആവശ്യമുള്ളിടത്തോളം കാലമേ അദ്ധ്വാനശേഷി വില്ക്കാൻ കഴിയൂ. ചരക്കിൽ പ്രയോഗിക്കപ്പെട്ട അദ്ധ്വാനശേഷിയാണ് അദ്ധ്വാനം. തൊഴിലാളികൾ അതു വില്ക്കാൻ തയ്യാറാകുമ്പോൾ, മറ്റൊരാളുടെ കീഴിൽ പണിചെയ്യാൻ തയ്യാറാകുമ്പോൾ, അത് വില്പനചരക്കായി മാറുന്നു. അടിമ വ്യവസ്ഥയിൽ അടിമകളുടെ അദ്ധ്വാനശേഷി ഉടമയുടേതും, ഫ്യൂഡലിസത്തിൽ കുടിയാന്റെ അദ്ധ്വാനശേഷി ജന്മികളുടേതുമാണ് എന്നു പറഞ്ഞുവല്ലോ. ആ വ്യവസ്ഥകളിൽ അദ്ധ്വാനശേഷി ചരക്കല്ല. മാർക്സ് പറയുന്നു."ജോലി കിട്ടാൻ കഴിയുന്ന കാലത്തോളം മാത്രം ജീവിക്കുകയും തങ്ങളുടെ അദ്ധ്വാനം മൂലധനത്തെ വർദ്ധിപ്പിക്കുന്ന കാലത്തോളം മാത്രം ജോലി കിട്ടുകയും ചെയ്യുന്ന പണിക്കാരുടെ ഒരു വർഗ്ഗമാണ് തൊഴിലാളിവർഗം. ചില്ലറയായി സ്വയം വില്ക്കേണ്ടിവരുന്ന ഈ വേലക്കാർ മറ്റേതു വ്യാപാര സാമഗ്രിയെയുംപോലെ ഒരു ചരക്കാണ്, തല്ഫലമായി, മത്സരത്തിന്റെ എല്ലാ ഗതിവിഗതികൾക്കും കമ്പോളത്തിലെ എല്ലാ ചട്ടങ്ങൾക്കും അവർ ഇരയായിത്തീരുന്നു."

സ്വാഭാവിക സമ്പദ്‌വ്യവസ്ഥ

ലാഭാധിഷ്ഠിതമല്ലാത്ത, അതായത്, ഉപയോഗമൂല്യം മാത്രം അടിസ്ഥാനമാക്കി ഉല്പാദനം നടക്കുന്ന ഒരു സമ്പദ്‌വ്യവസ്ഥയിൽ വിനിമയം എങ്ങനെ എന്നു നോക്കാം. അത്തരം സമ്പദ്‌വ്യവസ്ഥയെ സ്വാഭാവിക സമ്പദ്‌വ്യവസ്ഥ എന്നു വിളിക്കാം. ഒരു സ്വാഭാവിക സമ്പദ്‌വ്യവസ്ഥയിൽ ഉല്പന്നം വിറ്റു പണം നേടുന്നു. ആ പണം കൊടുത്ത് മറ്റൊരു

ഉൽപ്പന്നം വാങ്ങുന്നു. വിനിമയത്തിന്റെ സൂത്രവാക്യം ഇങ്ങനെ രേഖപ്പെടുത്താം.

ചരക്ക് – പണം – ചരക്ക്.

ഇവിടെ വിനിമയത്തിന്റെ ലക്ഷ്യം ഉപഭോഗമാണ്; ലാഭമല്ല. ആദ്യത്തെ ചരക്കിന്റെ മൂല്യവും രണ്ടാമത്തെ ചരക്കിന്റെ മൂല്യവും തുല്യമാണ്. പണത്തിന്റെ ധർമ്മം കൈമാറ്റം സുഗമമാക്കുന്ന ഒരു മാദ്ധ്യമത്തിന്റേതാണ്.

ചരക്കുല്പാദനവ്യവസ്ഥ

എന്നാൽ ചരക്കുല്പാദനവ്യവസ്ഥ ആരംഭിക്കുന്നത് പണം കൊണ്ടാണ്. പണം നിക്ഷേപിച്ച് അസംസ്കൃത വസ്തുക്കൾ, യന്ത്രങ്ങൾ, തൊഴിലാളികളുടെ അദ്ധ്വാനശേഷി എന്നിവ വാങ്ങുന്നു. ചരക്ക് ഉല്പാദിപ്പിക്കപ്പെടുന്നു. ചരക്ക് വിറ്റ് പണം നേടുന്നു. പുതിയ സൂത്രവാക്യം ഇങ്ങനെയാണ്:

പണം – ചരക്ക് – കൂടുതൽ പണം

ആദ്യം നിക്ഷേപിച്ചതിനേക്കാൾ കൂടുതലാണ് അവസാനം കിട്ടുന്ന പണം. അങ്ങനെ കിട്ടുന്നില്ലെങ്കിൽ മുതലാളിത്തം മേൽ പ്രവൃത്തിയിൽ ഏർപ്പെടുകയില്ല. എന്താണ് ഈ അധികമൂല്യത്തിന്റെ ഉറവിടം? കമ്പോളവിലകളിലെ വർദ്ധനയാണോ കാരണം? അത്തരം വിലവർദ്ധനവിനെയാണല്ലോ പൊതുവെ ലാഭമെന്ന പേരിൽ വ്യവഹരിക്കുന്നത്. ഉദാഹരണമായി ഒരു റബ്ബർ വ്യാപാരി കൃഷിക്കാരിൽനിന്ന് കിലോഗ്രാമിന് 80 രൂപയ്ക്കു വാങ്ങിയ റബ്ബർ 90 രൂപയ്ക്കു മറിച്ചു വില്ക്കുന്നു എന്നു കരുതുക. വില്പന വിലയിലെ വ്യത്യാസമായ പത്തുരൂപയാണ് ലാഭമെന്ന പേരിൽ പൊതുവെ അറിയപ്പെടുന്നത്. ചരക്കുല്പാദനത്തിൽ സൃഷ്ടിക്കപ്പെട്ട അധികമൂല്യവും വില്പനയിലൂടെ ലഭിച്ച ലാഭവും രണ്ടും രണ്ടാണ്. ആദ്യത്തേത് ഉല്പാദനത്തിൽ സൃഷ്ടിക്കപ്പെട്ടതാണ്. രണ്ടാമത്തേത് കമ്പോളത്തിലെ കൈമാറ്റപ്രക്രിയയിലും. മേൽപ്പറഞ്ഞ വില്പനയിലെ പത്തുരൂപയുടെ ലാഭം വാങ്ങുന്നവന്റെ പത്തുരൂപയുടെ നഷ്ടമാണ്. സമൂഹത്തിന് മൊത്തത്തിൽ ലാഭവുമില്ല. മാത്രമല്ല, റബ്ബർ വില്പനയിൽ അധികമൂല്യമൊന്നും ഉണ്ടാക്കപ്പെടുന്നുമില്ല. ഉല്പാദനത്തിലെ സ്ഥിതി അതല്ല.

വളർച്ചയുടെ അടിസ്ഥാനം മിച്ചമൂല്യത്തിന്റെ ചൂഷണം

വളർന്നുകൊണ്ടു മാത്രമെ മുതലാളിത്തവ്യവസ്ഥയ്ക്കു നിലനില്ക്കാൻ കഴിയൂ. വളർച്ചയ്ക്കുള്ള സാദ്ധ്യത ഇല്ലാതെ വന്നാൽ മുതലാളിത്തം പ്രതിസന്ധിയിലകപ്പെടും. വളർച്ചയ്ക്ക് വിപുലമായ കമ്പോളം

ആവശ്യമാണ്. അതുകൊണ്ടു മാത്രമായില്ല. മൂലധനം വളരണം. മൂലധനത്തിന്റെ സ്രോതസ്സ് തൊഴിലാളികളുടെ അദ്ധ്വാനശേഷി സൃഷ്ടിക്കുന്ന മിച്ചമൂല്യമാണ്. മിച്ചമൂല്യത്തിന്റെ ചൂഷണം വർദ്ധിക്കുന്നതനുസരിച്ച് മുതലാളിത്തം വികസിക്കും. ഉല്പാദനശക്തികളെ നിരന്തരം വളർത്തുകയും നവീകരിക്കുകയും ആവശ്യമാണ്. മറിച്ച് ഫ്യൂഡൽ വ്യവസ്ഥയിൽ ജന്മിക്ക് നിശ്ചിതപാട്ടം ഉറപ്പാണ്. ഉല്പാദനം വളർത്താൻ പ്രത്യേകം ശ്രമം വേണ്ട. അടിമത്ത്വത്തിലും ഉല്പാദനശക്തികളെ വളർത്തേണ്ട. കാരണം അടിമയുടെ അദ്ധ്വാനശേഷി ഉടമയ്ക്ക് എപ്പോഴും ലഭ്യമാണ്. ഉടമകൾ മത്സരം നേരിടുന്നില്ല. "ഉല്പാദനോപകരണങ്ങളിലും തദ്വാരാ ഉല്പാദനബന്ധങ്ങളിലും അതോടൊപ്പം സാമൂഹ്യ ബന്ധങ്ങളിലൊട്ടാകെയും നിരന്തരം വിപ്ലവകരമായ പരിവർത്തനം വരുത്താതെ ബൂർഷ്വാസിക്ക് നിലനില്ക്കാനാവില്ല. നേരെ മറിച്ച് ഇതിനു മുമ്പുണ്ടായിരുന്ന എല്ലാ ചൂഷക വർഗ്ഗങ്ങളുടെയും നിലനില്പിന്റെ ആദ്യത്തെ ഉപാധി, പഴയ ഉല്പാദനരീതികളെ യാതൊരുമാറ്റവും കൂടാതെ നിലനിർത്തുകയെന്നതായിരുന്നു."

മൂല്യത്തിന്റെ അദ്ധ്വാനസിദ്ധാന്തം

ചരക്കിന്റെ വിനിമയ മൂല്യം എങ്ങനെയാണ് നിശ്ചയിക്കുക? വിനിമയത്തിന്റെ ഒരുദാഹരണം പരിശോധിക്കാം. ഒരു സാരിയും രണ്ടു കസേരകളും, പത്തു കുടകളും, അഞ്ചു പുസ്തകങ്ങളും പരസ്പരം കൈമാറ്റം ചെയ്യപ്പെടുന്നു എന്നു കരുതുക. അവയുടെ വിനിമയമൂല്യം തുല്യമാണ് എന്നാണ് അതിനർത്ഥം. ആകൃതിയിലും, എണ്ണത്തിലും, ഉപയോഗത്തിലും ചരക്കുകൾ തമ്മിൽ സമാനതയില്ല. തുല്യതയില്ലാത്ത ചരക്കുകൾ തമ്മിൽ കൈമാറുന്നതിന്റെ അടിസ്ഥാനം എന്താണ്? ഇവയിലെല്ലാം തുല്യഅളവിൽ ഒരു പൊതുഗുണം അടങ്ങിയിരിക്കുന്നു എന്നതുതന്നെ. എന്താണത്? അവയെല്ലാം അദ്ധ്വാനശേഷി പ്രയോഗിച്ചതിന്റെ ഫലമാണ്. അവയിൽ മനുഷ്യാദ്ധ്വാനം തുല്യ അളവിൽ അടങ്ങിയിരിക്കുന്നു. ഇത്ര മണിക്കൂർ അദ്ധ്വാനം, ഇത്ര ദിവസത്തെ അദ്ധ്വാനം എന്ന് അദ്ധ്വാനത്തെ അളക്കാം. "ഏതൊരു വസ്തുവിന്റെയും മൂല്യത്തിന്റെ അളവ് ആ വസ്തുവിൽ അടങ്ങിയിരിക്കുന്ന സാമൂഹ്യാദ്ധ്വാനത്തിന്റെ അളവാണ്; സാമൂഹ്യമായി അതിന്റെ ഉല്പാദനത്തിന് ആവശ്യമായ അദ്ധ്വാനസമയമാണ്" (*മൂലധനം*, വോള്യം 1). ചരക്കിൽ പ്രയോഗിക്കപ്പെട്ട അദ്ധ്വാനമാണ് മൂല്യത്തിന്റെ അളവുകോൽ.

സാമൂഹ്യമായി ആവശ്യമായ അദ്ധ്വാനം

ഒരു മടിയൻ കൂടുതൽ സമയമെടുത്ത് ഒരു ചരക്കുണ്ടാക്കിയാൽ, അയാൾ കൂടുതൽ വിനിമയ മൂല്യമുണ്ടാക്കി എന്ന് അർത്ഥമുണ്ടോ?

തീർച്ചയായും ഇല്ല. ഒരു ചരക്കുണ്ടാക്കാൻ മടിയൻ എടുത്ത സമയമല്ല പരിഗണിക്കേണ്ടത്. സാമൂഹ്യമായി ആവശ്യമായ ശരാശരി സമയമാണ് ചരക്കിന്റെ മൂല്യം നിർണ്ണയിക്കുന്നത്. "ഒരു വസ്തു നിലവിലുള്ള ഉല്പാദനരീതികൾ ഉപയോഗിച്ച് ശരാശരി തൊഴിൽ വൈദഗ്ദ്ധ്യം കണക്കിലെടുത്ത്, നിർമ്മിക്കാനാവശ്യമായി വരുന്ന സമയമാണ് സാമൂഹ്യമായി ആവശ്യമായ അദ്ധ്വാനസമയം" (മൂലധനം).

തൊഴിൽ മുൻപരിചയമോ തെല്ലും വൈദഗ്ദ്ധ്യമോ ഇല്ലാത്ത തൊഴിലാളികളുണ്ടാകും. സങ്കീർണ്ണമായ ജോലി നിർവ്വഹിക്കുന്ന വിദഗ്ധ തൊഴിലാളികളുമുണ്ട്. രണ്ടു കൂട്ടരുടെയും അദ്ധ്വാന സമയത്തെ ഒരുപോലെയല്ല കാണേണ്ടത്. അവിദഗ്ദ്ധ തൊഴിലാളി പത്തു മണിക്കൂർകൊണ്ട് പൂർത്തിയാക്കുന്ന ജോലി വിദഗ്ദ്ധ തൊഴിലാളി ഒരു മണിക്കൂർ കൊണ്ട് നിർവ്വഹിച്ചേക്കാം. എങ്കിൽ ഒരു വിദഗ്ദ്ധ തൊഴിലാളി = പത്ത് അവിദഗ്ദ്ധ തൊഴിലാളി എന്നു കണക്കാക്കണം. ഇപ്പറഞ്ഞവയെല്ലാം കേവലം സാങ്കേതിക കാര്യങ്ങളാണ്. അടിസ്ഥാന വസ്തുത ചരക്കുകൾക്ക് വിനിമയമൂല്യം നല്കുന്നത് അദ്ധ്വാനമാണെന്നതാണ്. അതിനെ അദ്ധ്വാനമൂല്യ സിദ്ധാന്തം എന്നു പറയാം.

മൂല്യനിയമത്തിന്റെ പ്രവർത്തനം–ചോദനവും പ്രദാനവും

"കൈമാറ്റമൂല്യം നിർണ്ണയിക്കുന്നത് സാമൂഹ്യമായി ആവശ്യമായ അദ്ധ്വാന സമയം കൊണ്ടാണെങ്കിലും, എല്ലാ കൈമാറ്റങ്ങളിലും കൈമാറ്റം ചെയ്യപ്പെടുന്ന ചരക്കിൽ അടങ്ങിയ അദ്ധ്വാന സമയം എല്ലായ്പ്പോഴും തികച്ചും തുല്യമായിരിക്കും എന്ന് അർത്ഥമാക്കുന്നില്ല." ഉദാഹരണമായി 10 മീറ്റർ തുണി = 1 കസേര എന്നു കരുതുക. കസേരയുണ്ടാക്കാനും 10 മീറ്റർ തുണിയുണ്ടാക്കാനും ഒരേ അളവിൽ അദ്ധ്വാനസമയം പ്രയോഗിച്ചു എന്നു നിർബ്ബന്ധമായും അർത്ഥമാക്കുന്നില്ല. സാമൂഹ്യമായ ശരാശരി അദ്ധ്വാനസമയമാണ് കണക്കാക്കേണ്ടത്. ധാരാളം നെയ്ത്തുകാരും കുറച്ചുമാത്രം മരപ്പണിക്കാരും ഉണ്ടെന്നു കരുതുക. ധാരാളം വസ്ത്രം ഉണ്ടാക്കപ്പെടും; കുറച്ചുമാത്രം കസേരകളും. കസേരകളുടെ ചോദനത്തെക്കാ(സപ്ലൈ)ളേറെയാണ് പ്രദാനം (ഡിമാന്റ്). അതുകൊണ്ട്, കൂടുതൽ അദ്ധ്വാനമൂല്യമുള്ള വസ്ത്രങ്ങൾ കൊടുത്ത് കുറഞ്ഞ അദ്ധ്വാനമൂല്യമുള്ള കസേരകൾ പകരം കൊള്ളണം. തന്മൂലം നെയ്ത്തുകാരുടെ സ്ഥിതി വഷളായിത്തീരുന്നു. കാരണം അവർ കൂടുതൽ അദ്ധ്വാനസമയം ചെലവഴിക്കണം. അത് കുറേപ്പേർ നെയ്ത്തുതൊഴിൽ ഉപേക്ഷിക്കുന്നതിന് ഇടവരുത്തും. അതോടെ കുറഞ്ഞ അദ്ധ്വാനമൂല്യമുള്ള ചരക്കിനു പകരം കൂടുതൽ അദ്ധ്വാനമൂല്യമുള്ള ചരക്കു കൈമാറുന്ന സ്ഥിതി ഒഴിവാകും. മത്സരവും ചോദനവും പ്രദാനവും,

തുല്യവിനിമയമൂല്യമുള്ള ചരക്കുകൾ കൈമാറ്റം ചെയ്യപ്പെടുക എന്ന സ്ഥിതി വരുത്തും.

വിലയും മൂല്യവും

ആധുനിക സമൂഹത്തിൽ ചരക്കുകൾ പരസ്പരം കൈമാറുകയല്ല രീതി. ചരക്കിനു പകരം ചരക്ക് എന്ന രീതി പണ്ടുണ്ടായിരുന്നു. ഇന്നത് മാറി. ചരക്കിനു പകരം പണം, പണത്തിനു പകരം ചരക്ക് എന്നായിരിക്കുന്നു. ഇപ്പോൾ, പണമാണ് മാദ്ധ്യമത്തിന്റെ ജോലി ചെയ്യുന്നത്. വില്ക്കുന്നവരെയും വാങ്ങുന്നവരെയും പണം ബന്ധപ്പെടുത്തുന്നു.

ഒരു പാക്കറ്റ് റൊട്ടി ഉണ്ടാക്കാൻ രണ്ടു മണിക്കൂർ അദ്ധ്വാന സമയം ചെലവാക്കപ്പെട്ടു എന്ന് കരുതുക. ഇവിടെ രണ്ടു മണിക്കൂർ ആണ് വിനിമയ മൂല്യം. റൊട്ടിയുടെ മാർക്കറ്റ് വില പന്ത്രണ്ടു രൂപയാണ്. വിനിമയ മൂല്യം പണത്തിന്റെ രൂപത്തിൽ പ്രകടിപ്പിക്കുന്നതാണ് വില. റൊട്ടിയുടെ വില ഒരിക്കലും സ്ഥിരമായി നില്ക്കുന്നില്ല. പതിനഞ്ചു രൂപയായി കൂടാം. പത്തു രൂപയായി കുറയാം. പക്ഷേ, വിനിമയമൂല്യം മാറുന്നില്ല. രണ്ടു മണിക്കൂർ സമയംതന്നെ. അപ്പോൾ വിനിമയ മൂല്യവും വിലയും തമ്മിൽ പൊരുത്തമില്ല എന്നാണോ അർത്ഥം? ന്യായമായ സംശയമാണിത്. പക്ഷേ, ഈ പൊരുത്തമില്ലായ്മ ശാശ്വതമല്ല. വില കൂടുതലാണെങ്കിൽ എന്താണു സംഭവിക്കുക? പുതിയ ഉല്പാദകർ രംഗത്തുവരും. പഴയ ഉല്പാദകർ കൂടുതൽ ഉണ്ടാക്കും. റൊട്ടിയുടെ ലഭ്യത കൂടും. വില ഇടിയും. മറിച്ച് വില കുറവാണെങ്കിൽ ചില ഉല്പാദകർ രംഗത്തുനിന്ന് പോവുകയോ ഉല്പാദനം കുറയ്ക്കുകയോ ചെയ്യും. സപ്ലൈ കുറയുമ്പോൾ വില ഉയരും. വിലകളുടെ ഈ ഉയർച്ച താഴ്ചകൾ മൂല്യത്തിനു ചുറ്റുമായാണ് സംഭവിക്കുന്നത്. വിലകൾക്ക് എപ്പോഴും മൂല്യത്തിലേക്ക് തിരിച്ചുവരാനുള്ള പ്രവണതയുണ്ട്.

അദ്ധ്വാനശേഷിയുടെ മൂല്യം

ചരക്കിന്റെ മൂല്യം അതിൽ പ്രയോഗിക്കപ്പെട്ട അദ്ധ്വാനത്തിന്റെ അളവിനെ ആശ്രയിച്ചിരിക്കുന്നു എന്നു വിശദീകരിച്ചുവല്ലോ. അദ്ധ്വാനശക്തിയെ സംബന്ധിച്ചും ഈ പ്രസ്താവന ശരിയാണ്. “മറ്റേതൊരു ചരക്കിന്റെയും എന്നപോലെ, അദ്ധ്വാനശക്തിയുടെ മൂല്യം അതിന്റെ ഉത്പാദനത്തിനും പുനരുല്പാദനത്തിനും ആവശ്യമായ അദ്ധ്വാനമാണ്.” അദ്ധ്വാനശേഷി നിലനിർത്തുവാൻ വേണ്ടിവരുന്ന ജീവനോപാധികൾ (ഭക്ഷണം, വസ്ത്രം, പാർപ്പിടം തുടങ്ങിയവ) ഉണ്ടാക്കുന്നതിന് എത്ര അദ്ധ്വാനം വേണമോ അതാണ് അദ്ധ്വാനശക്തിയുടെ മൂല്യം. തൊഴിലാളികളുടെ കുടുംബത്തിന്റെ അത്യാവശ്യങ്ങൾ, കുട്ടികളുടെ ഭക്ഷണം,

വിദ്യാഭ്യാസം, പരിശീലനം, വൃദ്ധരായ കുടുംബാംഗങ്ങളുടെ പരിചരണം എന്നീ ചെലവുകളും അദ്ധ്വാനശക്തിയുടെ മൂല്യത്തിന്റെ ഭാഗമാണ്. "അദ്ധ്വാനശക്തിയുടെ മൂല്യം അദ്ധ്വാനശക്തി നിലനിർത്തുന്നതിന് ആവശ്യമായ വസ്തുക്കൾ ഉല്പാദിപ്പിക്കുന്നതിനും വികസിപ്പിക്കുന്നതിനും സ്ഥായിയായി നിലനിർത്തുന്നതിനും ആവശ്യമായ അദ്ധ്വാനമാണ്." (മാർക്സ് – *കൂലി, വില, ലാഭം*)

കൂലി

അദ്ധ്വാനശക്തിയുടെ മൂല്യം പണമായി പ്രകടിപ്പിക്കുന്നതാണ് കൂലി. നൂറു രൂപ കൂലി വേണമെന്നു തൊഴിലാളി പറയുമ്പോൾ അയാൾ അർത്ഥമാക്കുന്നത് നിശ്ചിത അളവ് ഭക്ഷണം, വസ്ത്രം, പാർപ്പിടം, കുട്ടികളുടെ ചെലവുകൾ, അവരുടെ വിദ്യാഭ്യാസം, പരിശീലനം ഇവയ്ക്കെല്ലാം കൂടി നൂറുരൂപ ആവശ്യമാണെന്നാണ്. എങ്കിൽ മാത്രമെ നിശ്ചിത മണിക്കൂർ അദ്ധ്വാനിക്കാൻ തൊഴിലാളിക്കു കഴിയൂ. 8 മണിക്കൂറാണ് തൊഴിലാളിയുടെ അദ്ധ്വാനമൂല്യം എന്നു കരുതുക. അത്രയും മണിക്കൂറുകൾ അദ്ധ്വാനിക്കുന്നതിനു തൊഴിലാളിക്ക് ആവശ്യമായ ഭക്ഷണവും മറ്റും ഉല്പാദിപ്പിക്കാൻ 4 മണിക്കൂർ അദ്ധ്വാനം വേണമെന്നും കരുതുക. അപ്പോൾ അദ്ധ്വാനശക്തിയുടെ മൂല്യം 4 മണിക്കൂറാണ്. ഈ 4 മണിക്കൂർ അദ്ധ്വാനമൂല്യമാണ് പണമായി പ്രകടിപ്പിച്ച 100 രൂപ.

മിച്ചമൂല്യം

നാലു മണിക്കൂർ അദ്ധ്വാനംകൊണ്ടു തൊഴിലാളി അയാളുടെ അദ്ധ്വാനശേഷിയുടെ മൂല്യം ഉല്പാദിപ്പിക്കുന്നു എന്നു സൂചിപ്പിച്ചുവല്ലൊ. അത് അവശ്യാദ്ധ്വാനമാണ്. ശേഷിക്കുന്ന നാലു മണിക്കൂറും അദ്ധ്വാനിക്കാൻ തൊഴിലാളി നിർബ്ബന്ധിതനാണ്. കാരണം എട്ടുമണിക്കൂർ സമയത്തെ അദ്ധ്വാനശക്തി മുതലാളി വിലയ്ക്കു വാങ്ങിയിരിക്കുകയാണ്. ഈ അധികാദ്ധ്വാനത്തിന് കൂലിയൊന്നും ലഭിക്കുന്നില്ല. മിച്ചാദ്ധ്വാനം മുതലാളി കവർന്നെടുക്കുന്നു. മിച്ചാദ്ധ്വാനമാണ് മിച്ചമൂല്യം. അദ്ധ്വാനശക്തി സൃഷ്ടിക്കുന്ന ആകെ മൂല്യവും അദ്ധ്വാനശേഷിയുടെ മൂല്യവും തമ്മിലുള്ള വ്യത്യാസമാണ് മിച്ചമൂല്യം. തൊഴിലാളിക്കു മാത്രമേ മിച്ചമൂല്യം ഉല്പാദിപ്പിക്കാൻ കഴിയൂ. മുതലാളി ഈ സാദ്ധ്യത മുൻകൂട്ടി കണ്ടിട്ടുണ്ട്. അതാണ് അയാളുടെ ചിരിക്ക് കാരണമെന്ന് മാർക്സ് വിശേഷിപ്പിക്കുന്നു.

ചർച്ചയിലുടനീളം ഒരു മുതലാളി എന്ന് ഉപയോഗിച്ചിട്ടുണ്ടെങ്കിലും ഉദ്ദേശിക്കുന്നത് മുതലാളിത്ത സമൂഹത്തെ മൊത്തത്തിലാണ്. മാർക്സ്

ഉപയോഗിക്കുന്നതും ഈ അർത്ഥത്തിലാണ്. മുതലാളിത്ത സമൂഹം എത്ര മിച്ചമൂല്യം ഊറ്റിയെടുക്കുന്നു എന്നതാണ് പ്രശ്നം. മിച്ചമൂല്യം പരമാവധി തട്ടിയെടുക്കാനുള്ള പതിനെട്ടടവുകളും മുതലാളിത്തം പയറ്റുന്നു. ആ അടവുകളെ പരാജയപ്പെടുത്തുവാൻ എല്ലാ ശ്രമവും തൊഴിലാളിവർഗ്ഗം നടത്തും. വർഗ്ഗസമരത്തിന്റെ ഒരു രൂപമാണത്. വർഗ്ഗസമരത്തിന്റെ മണ്ഡലങ്ങൾ വിപുലമാണ്. സാമ്പത്തികം, രാഷ്ട്രീയം, സംസ്കാരം എന്നീ രംഗങ്ങളിലായി അത് വ്യാപിച്ചു കിടക്കുന്നു.

ലാഭം

മിച്ചമൂല്യം പണമായി പ്രകടിപ്പിക്കുന്നതാണ് ലാഭം. ഇപ്പറഞ്ഞലാഭവും കമ്പോളവില വ്യത്യാസം കൊണ്ടുള്ള ലാഭവും രണ്ടും രണ്ടാണ്. ലാഭം ഏറ്റവും കൂടുതൽ വർദ്ധിപ്പിക്കാനാണ് മുതലാളിത്തം ശ്രമിക്കുക. അതിന് മിച്ചമൂല്യം പരമാവധി ചൂഷണം ചെയ്യണം. ലാഭം കുന്നുകൂടി വളർന്നു കൊഴുക്കുക മുതലാളിത്തത്തിന്റെ അടിസ്ഥാന പ്രേരണയാണ്. ലാഭം വർദ്ധിപ്പിക്കാൻ മുതലാളിത്തം നിരന്തരം ശ്രമിച്ചുകൊണ്ടിരിക്കും.

സ്ഥിരമൂലധനം, അസ്ഥിരമൂലധനം

സാധാരണ ഉന്നയിക്കപ്പെടാറുള്ള ഒരു സംശയമുണ്ട്. ഗൗരവമുള്ള ചോദ്യം എന്ന നിലയ്ക്കാണ് ഇത് ഉയർത്തപ്പെടാറ്. ഫാക്ടറി, യന്ത്രങ്ങൾ, അസംസ്കൃത വസ്തുക്കൾ, ഇന്ധനം എന്നിവ ഏർപ്പെടുത്തുന്നത് മുതലാളിമാരല്ലേ? എങ്കിൽപിന്നെ മൂല്യം ഉണ്ടാക്കുന്നതു തൊഴിലാളികൾ മാത്രമാണെന്നു പറയുന്നതിന് എന്താണ് അടിസ്ഥാനം?

ഒരു തുണിമില്ലിൽ അഞ്ചുകൊല്ലം മുമ്പു വാങ്ങിയ പവർലൂമിന്റെ വില ഒരു ലക്ഷം രൂപയായിരുന്നു. അഞ്ചുകൊല്ലത്തെ ഉപയോഗത്തിനു ശേഷം ഇപ്പോഴത്തെ മതിപ്പുവില എൺപത്തയ്യായിരം രൂപ. എവിടേക്ക് അപ്രത്യക്ഷമായി പതിനയ്യായിരം രൂപ? സാധാരണ ഉത്തരം: അത്രയും തേയ്മാന ചെലവാണ്. തേയ്മാനചെലവ് ഉല്പാദിപ്പിക്കപ്പെട്ട ചരക്കിൽ ചേർന്നു എന്നതാണ് പരമാർത്ഥം. പവർലൂമിൽ നഷ്ടമായത് വസ്ത്രത്തിൽ പ്രത്യക്ഷപ്പെട്ടു. പവർലൂം പുതുതായി മൂല്യമൊന്നും ഉല്പാദന പ്രക്രിയയ്ക്ക് ഇടയ്ക്ക് ഉണ്ടാക്കിയില്ല. ഇത്തരം മൂലധനത്തെ സ്ഥിരമൂലധനം എന്നും പറയാം. ഒന്നരലക്ഷം രൂപയുടെ വൈദ്യുതി ഉപയോഗിച്ചെങ്കിൽ, പുതിയ ചരക്കിൽ അത് ഉൾപ്പെട്ടു എന്നു സാരം. ഒരു മേശയുണ്ടാക്കാൻ മരം ഉപയോഗിക്കുമ്പോൾ മരം മേശയുടെ രൂപം കൈക്കൊള്ളുന്നു എന്നല്ലാതെ പുതിയ മരമൊന്നും ഉണ്ടാവുന്നില്ല.

ഫാക്ടറി, പവർലൂം, അസംസ്കൃത വസ്തുക്കൾ തുടങ്ങിയവ ഉണ്ടാക്കാൻ മുതലാളിമാർ വിയർപ്പൊഴുക്കിയിട്ടില്ല എന്നും ഓർക്കണം.

അവ തൊഴിലാളികളുടെ മിച്ചമൂല്യംകൊണ്ടു സൃഷ്ടിക്കപ്പെട്ടവയാണ്. മൂർത്തീകരിച്ച (നേരത്തേ നിറവേറ്റിയ) അദ്ധ്വാനമാണവ.

അദ്ധ്വാനശക്തിയുടെ സ്ഥിതി വ്യത്യസ്തമാണ്. അത് അതിന്റെ മൂല്യത്തേക്കാൾ കൂടിയ അളവിലുള്ള മൂല്യം സൃഷ്ടിക്കുന്നു. ആയതിനാൽ അദ്ധ്വാനശക്തിയെ അസ്ഥിര മൂലധനം (സ്ഥിരമല്ലാത്ത, മാറിക്കൊണ്ടിരിക്കുന്ന) എന്നു വിശേഷിപ്പിക്കാം.

മൂലധനസഞ്ചയം

മുതലാളിത്തം എത്രതന്നെ മൂലധനമുണ്ടാക്കിയാലും ഇനിയും ഇനിയും കൂടുതലായി ഉണ്ടാക്കാനായിരിക്കും എപ്പോഴും ശ്രമം. മത്സര കമ്പോളത്തിൽ വിജയം നേടാൻ എതിരാളിയെക്കാൾ കൂടുതൽ മൂലധനം സ്വരൂപിക്കണം. അതിന് മുതലാളിത്തം മിച്ചമൂല്യത്തെ പുതിയമൂലധനമായി മാറ്റുന്നു. ഇങ്ങനെ മിച്ചമൂല്യത്തെ പുതിയമൂലധനമാക്കുന്ന പ്രക്രിയയെ മൂലധനസഞ്ചയനം എന്നു പറയുന്നു. മുതലാളിത്ത ഉല്പാദനത്തിന്റെ അവശ്യനിയമമാണ് സഞ്ചയനം.

എന്താണ് മൂലധനം?

മൂലധനത്തിന് കൃത്യമായ അർത്ഥമുണ്ട്. പണം, യന്ത്രസാമഗ്രികൾ, ഫാക്ടറി കെട്ടിടങ്ങൾ, ഓഫീസ് കെട്ടിടങ്ങൾ എന്നിവയെല്ലാം മൂലധനമായി കരുതപ്പെടുന്നു. വീട്ടിൽ പലവ്യഞ്ജനം വാങ്ങാനും പാൽ വാങ്ങാനും മകന് സൈക്കിൾ വാങ്ങാനും ചെലവഴിച്ച തുക മൂലധനമല്ല. തൊഴിലാളികൾക്ക് കൂലി കൊടുക്കാനുപയോഗിച്ച പണം മൂലധനമാണ്. രണ്ടും പണംതന്നെ. ആദ്യത്തേത് ഉപഭോഗ വസ്തുക്കൾ വാങ്ങാനും രണ്ടാമത്തേത് തൊഴിലാളികളുടെ അദ്ധ്വാനം ചൂഷണം ചെയ്യാനുമാണ് ചെലവാക്കപ്പെട്ടത്. വീട് മൂലധനമല്ല. പക്ഷേ, അതേ വലിപ്പവും അത്രതന്നെ മുറികളും സൗകര്യങ്ങളുമുള്ള കെട്ടിടം ബാങ്കിന് ഓഫീസായി ഉപയോഗിക്കാൻ കൊടുത്താൽ, മൂലധനമായി. വീട്ടിൽ ഒരു കമ്പ്യൂട്ടർ വാങ്ങിയാൽ, കമ്പ്യൂട്ടർ ഒരു യന്ത്രമാണെങ്കിൽ തന്നെയും, അത് മൂലധനമല്ല, എന്നാൽ ടെക്നോപാർക്കിൽ ആ കമ്പ്യൂട്ടർ മൂലധനമാണ്. എവിടെയാണ് വ്യത്യാസം? ഉല്പാദനോപാധികളുടെ ഉടമകളായ വർഗ്ഗവും അവ അപഹരിപ്പിക്കപ്പെട്ടതിനാൽ ചൂഷണത്തിനു വഴങ്ങാൻ നിർബ്ബന്ധിതമാക്കപ്പെട്ട വർഗ്ഗവും തമ്മിലുള്ള ഖണ്ഡിതമായ സാമൂഹ്യബന്ധമാണ് മൂലധനം. പണം, കെട്ടിടം, കമ്പ്യൂട്ടർ എന്നിവ തൊഴിലാളികളുടെ അദ്ധ്വാനം ചൂഷണം ചെയ്യാൻ ഉപയോഗിക്കുമ്പോൾ അത് മൂലധനമായിത്തീരുന്നു.

ആദിമ മൂലധനസഞ്ചയനം

മുതലാളിത്തത്തിന്റെ ആവിർഭാവത്തിന് മുലധനം വേണം. കൃഷിക്കാരെ കൊള്ളയടിച്ചാണ് ആദ്യഘട്ടത്തിൽ മൂലധനം സ്വരൂപിച്ചത്. കൃഷിക്കാരുടെ ഭൂമിയും ഉല്പാദനോപകരണങ്ങളും ബലപ്രയോഗത്തിലൂടെ ബൂർഷ്വാസി പിടിച്ചെടുത്തു. പലപ്പോഴും ഭരണകൂടത്തിന്റെ പിന്തുണയും അതിനുണ്ടായിരുന്നു. ഭൂമി നഷ്ടപ്പെട്ടവർ കൂലിവേലക്കാരായി മാറി. മുതലാളിത്തത്തിൽനിന്നും സോഷ്യലിസത്തിലേക്കുള്ള മാറ്റം സമാധാനപരമായിരിക്കണമെന്നു ശഠിക്കുന്നവർ ചരിത്രം മറക്കുന്നു. കടുത്ത ബലപ്രയോഗത്തിലൂടെയാണ് ബൂർഷ്വാസി ഫ്യൂഡൽ ജന്മിമാരെ തകർത്തത്. കിരാതവും അക്രമപരവുമായ ഒരു പ്രക്രിയയായിരുന്നു അത്. കോളനികളെ കൊള്ളയടിച്ചും മൂലധനം കുന്നുകൂട്ടി. മാർക്സ് ഇങ്ങനെ എഴുതിയിട്ടുണ്ട്. “ആപാദചൂഡം ഓരോ രോമകൂപത്തിൽ നിന്നും ചോരയും ചെളിയും ഒലിപ്പിച്ചുകൊണ്ടാണ് മൂലധനം ജന്മമെടുത്തത്.” ബലപ്രയോഗത്തിനെതിരെ മുതലാളി വർഗ്ഗത്തിന്, യാതൊരു ന്യായവാദവും നിരത്താനില്ലെന്നർത്ഥം.

മിച്ചമൂല്യം പെരുപ്പിക്കുന്നതെങ്ങനെ?

മിച്ചമൂല്യം നിരന്തരം വർദ്ധിപ്പിച്ചുകൊണ്ടു മാത്രമേ മുതലാളിത്തത്തിനു വളരാൻ കഴിയൂ. അതിനുവേണ്ടി മിച്ചമൂല്യത്തിന്റെ ഒരുഭാഗം മൂലധനത്തോടു കൂട്ടിച്ചേർക്കുന്നു. ഇതെങ്ങനെയാണ് നിർവ്വഹിക്കുന്നത് എന്നു പരിശോധിക്കുന്നതിന്മുമ്പ് മറ്റൊരു പ്രധാനകാര്യം ഇവിടെ ഓർക്കേണ്ടതുണ്ട്. കൂലിവേലയ്ക്ക് രണ്ട് ഭാഗങ്ങളുണ്ട്. കൂലികൊടുത്ത ഭാഗവും കൂലികൊടുക്കാത്ത ഭാഗവും. മുതലാളി തൊഴിലാളിക്ക് കൂലി കൊടുക്കുമ്പോൾ തന്റെ അദ്ധ്വാനത്തിന്റെ ഒരുഭാഗം മാത്രമേ അതു നികത്തുന്നുള്ളുവെന്നും മറ്റേഭാഗം മുതലാളി സ്വായത്തമാക്കുകയാണെന്നുമുള്ള യാഥാർത്ഥ്യം തൊഴിലാളി തിരിച്ചറിയുന്നില്ല. അങ്ങനെ തിരിച്ചറിയേണ്ടത് വിപ്ലവപ്രവർത്തനത്തിലെ പ്രധാന ചുവടുവെപ്പാണ്. അദ്ധ്വാനത്തിന് മുഴുവൻ കൂലിയും കൊടുത്തു എന്ന ധാരണ ഉളവാക്കാൻ കൂലി വ്യവസ്ഥയ്ക്ക് കഴിയുന്നു. മുതലാളിത്തത്തിന്റെ ഈ ആശയസ്വാധീനത്തിൽനിന്നും തൊഴിലാളികൾ വിമുക്തമാകുന്നതുവരെ കൂലിയടിമത്തം തുടരും.

മൂലധനത്തിന് ലാഭത്തോട് ഒടുങ്ങാത്ത ആർത്തിയുണ്ട്. ശരിക്കുമൊരു ചെന്നായയുടെ ആർത്തിയാണതെന്ന് മാർക്സ് ചൂണ്ടിക്കാണിക്കുന്നു. മത്സരത്തിൽ പരാജയപ്പെടാതിരിക്കണമെങ്കിൽ ലാഭവും മൂലധനവും വളർത്തിയേ കഴിയൂ. ആയതിനാൽ ഉല്പാദനം വർദ്ധിപ്പിക്കുകയും മിച്ചമൂല്യം വളർത്തിക്കൊണ്ടിരിക്കുകയും ചെയ്യുക മുതലാളിത്ത

അതിജീവനത്തിന്റെ അടിസ്ഥാനമാണ്. ജോലി സമയത്തിന്റെ ദൈർഘ്യം കൂട്ടിയും കൂലി വെട്ടിക്കുറച്ചും മിച്ചമൂല്യം വർദ്ധിപ്പിക്കുവാൻ മുൻകാലങ്ങളിൽ ശ്രമിച്ചിട്ടുണ്ട്. അത്തരം ശ്രമങ്ങൾ ഇപ്പോഴും തുടരുന്നുണ്ട്. ആ ശ്രമങ്ങളുടെ വിജയസാദ്ധ്യത തൊഴിലാളിവർഗ്ഗത്തിന്റെ സംഘബലത്തേയും ട്രേഡ് യൂണിയനുകളുടെ വിലപേശൽ കഴിവിനെയും വലിയൊരു പരിധിവരെ ആശ്രയിച്ചിരിക്കുന്നു. സ്ത്രീകളെയും കുട്ടികളെയും കുറഞ്ഞ കൂലിക്ക് ജോലിക്ക് വയ്ക്കുക മറ്റൊരു മാർഗ്ഗമാണ്. വാസ്തവത്തിൽ വ്യാപകമായി വളർന്നുവരുന്ന ഒരു പ്രവണതയാണിത്. മുതലാളിത്ത വികസനത്തിന്റെ ആദ്യഘട്ടങ്ങളിൽ ധാരാളം പ്രയോഗിച്ചിട്ടുള്ളതുമാണ്.

ഉല്പാദനത്തിന്റെ സാങ്കേതികവിദ്യകൾ അനുസ്യൂതം പരിഷ്കരിക്കുക മുതലാളിത്തം പ്രയോഗിക്കുന്ന പ്രധാന വിദ്യയാണ്. ഉല്പാദനത്തിന് ആധുനിക രീതിയിലുള്ള യന്ത്രങ്ങൾ ഉപയോഗിക്കുമ്പോൾ എന്താണ് സംഭവിക്കുക? നേരത്തെ ഉപയോഗിച്ച ഉദാഹരണം ആവർത്തിക്കാം. നാലു മണിക്കൂർ അവശ്യാദ്ധ്വാനവും 4 മണിക്കൂർ മിച്ചാദ്ധ്വാനവും എന്നു കണ്ടുവല്ലോ. നാലുമണിക്കൂർ അദ്ധ്വാനത്തിന്റെ മൂല്യം പണമായി പ്രകടിപ്പിച്ചാൽ 50 രൂപയാണെന്നു കണക്കാക്കുക. അവശ്യാദ്ധ്വാനത്തിന്റെ വില 50 രൂപയാണ്. സാധാരണ ഭാഷയിൽ പറഞ്ഞാൽ, 50 രൂപയാണ് കൂലി. മിച്ചാദ്ധ്വാനമായ നാലു മണിക്കൂറിന്റെ മൂല്യവും 50 രൂപയാണ്. അപ്പോൾ ആകെ മൂല്യമെത്ര? 50+50=100 എന്നു കിട്ടും. പുതിയ യന്ത്രത്തിന് ഉല്പാദനക്ഷമത കൂടുതലാണ്. നാലുമണിക്കൂർ സമയംകൊണ്ട് ഉണ്ടാക്കിയ ചരക്ക് ഉണ്ടാക്കാൻ ഇപ്പോൾ രണ്ടു മണിക്കൂർ മതിയാകും. ശേഷിക്കുന്നത് 4 മണിക്കൂർ അല്ല. 8–2=6 മണിക്കൂറാണ്. ആകെ ഉല്പാദിപ്പിച്ച മൂല്യം ഇപ്പോൾ 200 രൂപയാണ്. തൊഴിലാളിയുടെ അദ്ധ്വാനമൂല്യം (കൂലി കുറച്ചാൽ കിട്ടുന്ന 200–50) 150 രൂപയും മിച്ചമൂല്യമാണ്. പുതിയ സാങ്കേതികവിദ്യ ഉപയോഗിച്ചതിന്റെ ഫലമായി മുതലാളിക്ക് അധികമായി 100 രൂപയുടെ മിച്ചമൂല്യം കിട്ടി. ഇതിൽനിന്ന് പത്തോ പതിനഞ്ചോ രൂപ തൊഴിലാളിക്ക് കൂട്ടിക്കൊടുത്ത് തൊഴിലാളിയെ തൃപ്തനാക്കുകയും ഉല്പാദനവർദ്ധനവിൽ തൊഴിലാളികളെ ക്കൂടി അവകാശികളാക്കുന്നു എന്ന ധാരണ അവരിൽ സൃഷ്ടിക്കുകയും ചെയ്യുന്നു. ഇവിടെ മിച്ചമൂല്യം കൂടി എന്നു മാത്രമല്ല അതിൽ നല്ലപങ്ക് മുതലാളി കൈവശപ്പെടുത്തുകയും ചെയ്യുന്നു എന്നു കാണാം. അവശ്യാദ്ധ്വാനസമയം വെട്ടിച്ചുരുക്കാനും മിച്ച അദ്ധ്വാനസമയം വർദ്ധിപ്പിക്കാനും ആധുനിക സാങ്കേതികവിദ്യകൾ മുതലാളിത്തത്തെ സഹായിക്കുന്നു.

തൊഴിലാളികളെ കൂലിക്ക് വയ്ക്കുന്നതോടൊപ്പം മിച്ചമൂല്യത്തിന്റെ നല്ലൊരു ഭാഗം ഉപയോഗിച്ച് യന്ത്രങ്ങളും മറ്റും വാങ്ങുവാൻ (അതായത്

സ്ഥിര മൂലധനത്തിൽ നിക്ഷേപിക്കുവാൻ) മുതലാളി വർഗ്ഗം നിർബ്ബന്ധി തമാകുന്നുണ്ട്. യന്ത്രങ്ങളുടെ ഉപയോഗം, മൂലധനത്തിന്റെ കേന്ദ്രീകര ണത്തിലേക്കും, വ്യാപകമായ തൊഴിലില്ലായ്മയിലേക്കും നയിക്കും. കുറഞ്ഞ കൂലി വാങ്ങി തൊഴിലെടുക്കുവാൻ നിർബ്ബന്ധിതരായവരും തൊഴിൽരഹിതരുമടങ്ങുന്ന വലിയൊരു പട ഒരു വശത്ത് രൂപംകൊ ള്ളുന്നു. ഒപ്പം, പരസ്പര മത്സരത്തിലൂടെയും മൂലധനകേന്ദ്രീകരണത്തി ലൂടെയും ന്യൂനപക്ഷക്കാരായ മുതലാളികൾ മറുഭാഗത്തും രൂപംകൊ ള്ളുന്നു. തൊഴിലാളികളും മുതലാളികളും തമ്മിലുള്ള ചേരിതിരിവ് വർഗ വൈരുദ്ധ്യം മൂർച്ചിപ്പിക്കും. കൂടുതൽ മൂലധനം സ്വരൂപിച്ചു വളരാനുള്ള മത്സരത്തിൽ ചെറിയ മൂലധനത്തെ വൻകിട മൂലധനം വിഴുങ്ങും. ഈ പ്രവണത കുത്തക മൂലധനത്തിന്റെ വളർച്ചയിലേക്കാണ് നയിക്കുക.

മൂലധനത്തിന്റെ ജൈവഘടന

സ്ഥിരമൂലധനവും അസ്ഥിരമൂലധനവും തമ്മിലെ അനുപാതത്തെ യാണ് മൂലധനത്തിന്റെ ജൈവഘടന എന്നു പറയുന്നത്. മിച്ചമൂല്യം മൂല ധനവർദ്ധനയ്ക്കായി ഉപയോഗിക്കപ്പെടും എന്നു വിശദീകരിച്ചുവല്ലോ. മിച്ചമൂല്യത്തിന്റെ നല്ലൊരുഭാഗം സ്ഥിരമൂലധനം വർദ്ധിപ്പിക്കുന്നതിനും ശേഷം ഭാഗം അസ്ഥിരമൂലധനം വർദ്ധനയ്ക്കും ചെലവിടുന്നു എന്നു കരുതുക. സൗകര്യത്തിനുവേണ്ടി, മുഴുവൻ മിച്ചമൂല്യവും സ്ഥിര മൂലധ നത്തിലാണു നിക്ഷേപിക്കുന്നത് എന്നു സങ്കല്പിക്കാം. മൂന്നു ഫലങ്ങ ളാണു സംഭവിക്കുക: ഒന്ന്, ലാഭ നിരക്ക് ഇടിയും. രണ്ട്, അത്യാധുനിക യന്ത്രങ്ങളുടെ ഉപയോഗം തൊഴിൽരഹിതരുടെ സംഖ്യ ഉയർത്തും. മൂന്ന്, മൂലധനം കുത്തകകളിൽ കേന്ദ്രീകരിക്കും.

തൊഴിൽരഹിത സേന

ആധുനിക സാങ്കേതിക വിദ്യകളുടെയും യന്ത്രങ്ങളുടെയും വ്യാപ കമായ ഉപയോഗം തൊഴിലാളികളെ തൊഴിൽ രഹിതരാക്കും. പുതിയ തൊഴിലന്വേഷകർക്ക് തൊഴിൽ ലഭിക്കുകയുമില്ല. അങ്ങനെ തൊഴിൽരഹിതരുടെ വലിയൊരു പടതന്നെ രൂപംകൊള്ളും. മറ്റൊരു വീഥിയിൽ പറഞ്ഞാൽ, വാങ്ങൽക്കഴിവില്ലാത്ത വലിയൊരു ജനസഞ്ചയം രൂപംകൊള്ളും.

മറുഭാഗത്ത്, ഉയർന്ന സാങ്കേതികവിദ്യ ഉല്പാദനക്ഷമത ഉയർത്തു കയും ഉല്പാദനം വളർത്തുകയും ചെയ്യും. രണ്ടും ചേർന്ന് വർദ്ധിച്ച ഉല്പാദനം വാങ്ങാനാളില്ലാത്ത സ്ഥിതി വരുത്തുകയും, മുതലാളിത്തം വൻ സാമ്പത്തിക മാന്ദ്യത്തിലേക്കു മുതലകൂപ്പുകുത്തുന്നതിനു ഇടവരു ത്തുകയും ചെയ്യും.

മിച്ചമൂല്യത്തിന്റെ ചൂഷണം മൂലധനം വളർത്തുകയും മുതലാളികളിൽ മൂലധനം കുന്നുകൂടുന്നതിന് ഇടവരുത്തുകയും ചെയ്യും. എന്നാൽ തമ്മിൽ തമ്മിലെ കിടമത്സരം ചില മുതലാളികളുടെ പതനത്തിലേക്കും, കുത്തകകളുടെ ഉദയത്തിലേക്കും നയിക്കും.

സാമ്രാജ്യത്വം

വർദ്ധിച്ചു വരുന്ന മൂലധനവും ഇടിയുന്ന ലാഭനിരക്കും, വിറ്റഴിയാതെ കുന്നുകൂടുന്ന ഉല്പാദനവും സാമ്പത്തികമാന്ദ്യവും, കുത്തകകളുടെ വമ്പിച്ച വളർച്ചയും ചേർന്ന് സൃഷ്ടിക്കുന്ന പ്രതിസന്ധി തരണം ചെയ്യാൻ മൂലധന നിക്ഷേപത്തിനും ചരക്കുകളുടെ വില്പനയ്ക്കും ആവശ്യമായ വിപണി തേടുവാൻ മുതലാളിത്തത്തെ നിർബ്ബന്ധിക്കുന്നു.

കമ്യൂണിസ്റ്റ് മാനിഫെസ്റ്റോയിൽ മാർക്സും എംഗൽസും ഇപ്രകാരം നിരീക്ഷിച്ചിട്ടുണ്ട്. "ഉല്പന്നങ്ങൾക്ക് അനുസ്യൂതം വിപുലപ്പെടുത്തുന്ന ഒരു കമ്പോളം കണ്ടുപിടിക്കേണ്ടതിന്റെ ആവശ്യം ബൂർഷ്വാസിയെ ഭൂമണ്ഡലമെങ്ങും ഓടിക്കുന്നു. അതിന് എല്ലായിടത്തും കൂടുകെട്ടണം, എല്ലായിടത്തും പാർപ്പുറപ്പിക്കണം, എല്ലായിടത്തും ബന്ധങ്ങൾ സ്ഥാപിക്കണം." മുതലാളിത്തത്തിന്റെ ഏറ്റവും ഉയർന്ന ഘട്ടമാണ് സാമ്രാജ്യത്വം. അത് മുതലാളിത്തത്തിന്റെ കുത്തകഘട്ടമാണ്. അതിന്റെ അഞ്ച് അവശ്യലക്ഷണങ്ങളായി ലെനിൻ ചൂണ്ടിക്കാട്ടിയിട്ടുള്ളത് ഇവയാണ്.

1. ഉല്പാദനത്തിന്റെയും മൂലധനത്തിന്റെയും കേന്ദ്രീകരണം
2. ബാങ്ക് മൂലധനവും വ്യവസായമൂലധനവും ലയിച്ചു ചേർന്ന ഫിനാൻസ് മൂലധനത്തിന്റെ പ്രവേശനം.
3. ചരക്കുകളുടെ കയറ്റുമതിയിൽനിന്നും വ്യത്യസ്തമായി ഫിനാൻസ് മൂലധനത്തിന്റെ കയറ്റുമതി.
4. ലോകത്തെ തങ്ങൾക്കിടയിൽ പങ്കുവയ്ക്കുന്ന സാർവ്വദേശീയ കുത്തകകളുടെ രൂപീകരണം.
5. വമ്പൻ മുതലാളിത്ത ശക്തികൾക്കിടയിൽ ലോകത്തിന്റെയാകെ പ്രദേശപരമായ പങ്കുവെപ്പ്.

സാമൂഹ്യ വിപ്ലവം

മുതലാളിത്ത വ്യവസ്ഥയിലെ അടിസ്ഥാന വൈരുദ്ധ്യം കുടികൊള്ളുന്നത് അതിന്റെ പൊതുസ്വഭാവത്തിൽ തന്നെയാണ്. ഉല്പാദനം എപ്പോഴും സാമൂഹ്യമാണ്. ഉല്പാദനത്തിന്റെ സാമൂഹ്യ സ്വഭാവവും ഉല്പന്നങ്ങളുടെ സ്വായത്തമാക്കലും തമ്മിൽ വൈരുദ്ധ്യമുണ്ട്. ആരാണ് ഉല്പാദനഫലങ്ങൾ സ്വായത്തമാക്കുന്നത്? തീർച്ചയായും ഉല്പാദനോ

പാധികളുടെ ഉടമകൾ തന്നെ.

ഒരു മീറ്റർ തുണിയുടെ ഉല്പാദനം എടുക്കാം. തുണിമിൽ തൊഴിലാളികൾക്ക് തുണിയുണ്ടാക്കാൻ പരിശീലനം നല്കിയ വിദ്യാഭ്യാസ സ്ഥാപനത്തിലെ അദ്ധ്യാപകർ, നൂൽ ഉണ്ടാക്കിയ തൊഴിലാളികൾ, പരുത്തി ലക്ഷ്യസ്ഥാനത്ത് എത്തിച്ച ട്രാൻസ്പോർട്ട് തൊഴിലാളികൾ, നിലം ഉഴുകുകയും വിത്ത് വിതയ്ക്കുകയും ചെയ്തവർ, വളം ചെയ്തവർ, വെള്ളം നനച്ചവർ, വെള്ളം നനയ്ക്കാൻ തോട് ഉണ്ടാക്കിയവർ, വെള്ളം പമ്പ് ചെയ്തവർ, പമ്പ് ഉണ്ടാക്കിയവർ, പമ്പിനുള്ള ഇരുമ്പ് നിർമ്മിച്ചവർ, ഇരുമ്പ് ഖനനം ചെയ്തവർ, ഉരുക്ക് ഫാക്ടറി തൊഴിലാളികൾ, വളം നിർമ്മിക്കാനുപയോഗിച്ച പെട്രോളിയം ഖനികളിൽ പണിയെടുത്തവർ, ഇങ്ങനെ ഇങ്ങനെ നീണ്ടു പോകുന്നു ഉല്പാദനത്തിൽ പങ്കാളികളായവരുടെ ശൃംഖല. ഈ ശൃംഖല അപൂർണ്ണമാണെന്ന് പറയേണ്ടതില്ല. ഓരോ ചരക്കിന്റെയും നിർമ്മാണത്തിന്റെ പിൻരൂപങ്ങളിലേക്ക് തിരിഞ്ഞാൽ, അവസാനിക്കുന്നതല്ല ആ ശൃംഖല. ഇതാണ് ഉല്പാദനത്തിന്റെ പൊതുസ്വഭാവമെങ്കിൽ, തുണി വിറ്റു കിട്ടുന്ന തുക പോകുന്നത് മുതലാളിയുടെ പോക്കറ്റിലേക്കാണ്. ഉല്പാദനത്തിന്റെ സാമൂഹ്യ സ്വഭാവവും വിതരണത്തിന്റെ കേന്ദ്രീകരണ സ്വഭാവവും തമ്മിൽ ഏറിവരുന്ന വൈരുദ്ധ്യം ഒരു ഏറ്റുമുട്ടലിലേ അവസാനിക്കൂ. തൊഴിലാളിവർഗ്ഗം സ്വകാര്യ സ്വത്ത് പിടിച്ചടക്കി പൊതുസ്വത്താക്കുന്നതിലേക്കാണ് കാര്യങ്ങൾ സ്വാഭാവികമായും അനിവാര്യമായും നീളുക. ഇവിടെ മാർക്സിനെ തന്നെ ഉദ്ധരിക്കട്ടെ: “ഉല്പാദനോപാധികളുടെ കേന്ദ്രീകരണവും അദ്ധ്വാനത്തിന്റെ സാമൂഹ്യവല്ക്കരണവും അവയുടെ മുതലാളിത്ത പുറംതോടുമായി പൊരുത്തപ്പെടാത്ത ഒരു നിലയിൽ എത്തിച്ചേരുന്നു. ആ പുറംതോട് പൊട്ടിച്ചിതറുന്നു. മുതലാളിത്ത സ്വകാര്യസ്വത്തിന്റെ മരണമണി മുഴങ്ങുന്നു. സ്വത്ത് പിടിച്ചെടുത്തവരുടെ സ്വത്ത് പിടിച്ചെടുക്കുന്നു. ഉല്പാദനോപാധികൾ സമൂഹത്തിന്റെ പൊതുസ്വത്തായി മാറുന്നു.” മാർക്സിന്റെ ഈ സിദ്ധാന്തത്തിന്റെ സാധുത ചരിത്രം തെളിയിച്ചിട്ടുള്ളതാണ്.

5

ശാസ്ത്രീയ സോഷ്യലിസം

രണ്ടും മൂന്നും അദ്ധ്യായങ്ങളിൽ മാർക്സിയൻ തത്ത്വചിന്തയും, നാലാം അദ്ധ്യായത്തിൽ മാർക്സിയൻ അർത്ഥശാസ്ത്രവും വിശദമാക്കി. മാർക്സിസത്തിന്റെ മറ്റൊരു ഭാഗമായ ശാസ്ത്രീയ സോഷ്യലിസമാണ് ഈ അദ്ധ്യായത്തിന്റെ വിഷയം.

ഉട്ടോപ്യൻ സോഷ്യലിസം

സോഷ്യലിസ്റ്റ് ആശയങ്ങൾ ആദ്യം ചർച്ച ചെയ്തത് ഉട്ടോപ്യൻ സോഷ്യലിസ്റ്റുകാർ എന്ന് അറിയപ്പെട്ടിരുന്ന പ്രധാനമായും മൂന്നുപേരായിരുന്നു. സെൻസിമോൺ, ഷാറൽ ഫ്യൂരേ, റോബർട്ട് ഓവൻ എന്നിവരാണവർ. അവരുടെ സങ്കല്പത്തിലുള്ള സോഷ്യലിസത്തിന് ഉട്ടോപ്യൻ എന്നു പേരുവരാൻ കാരണമുണ്ട്. ഉട്ടോപ്യ എന്നാൽ സ്വപ്നം, മനോരാജ്യം, മിഥ്യ എന്നൊക്കെയാണ് അർത്ഥം. പതിനാറാം നൂറ്റാണ്ട് ആദ്യം ഇംഗ്ലണ്ടിൽ ജീവിച്ചിരുന്ന തോമസ് മൂർ തന്റെ ഗ്രന്ഥത്തിൽ ഉട്ടോപ്യ എന്ന സ്വപ്നഭൂമിയെ വർണ്ണിച്ചിട്ടുണ്ട്. അതിൽനിന്നാണ് ഉട്ടോപ്യ എന്ന പേരുവന്നത്. പേരു സൂചിപ്പിക്കുന്നതുപോലെ ഫ്രഞ്ചു സോഷ്യലിസം സാങ്കല്പിക സോഷ്യലിസമായിരുന്നു. മുതലാളിത്തത്തിന്റെ കെടുതികളെ സംബന്ധിച്ചും ആ വ്യവസ്ഥയുടെ അധാർമ്മികതയെ സംബന്ധിച്ചും മൂവരും ഉള്ളുനൊന്ത് പരിതപിച്ചിരുന്നു. ചൂഷണവ്യവസ്ഥയാണ് മുതലാളിത്തമെന്ന് അനുഭവംകൊണ്ട് അവർ മനസ്സിലാക്കി. ആ വ്യവസ്ഥയ്ക്ക് അറുതിവരുത്തണമെന്നവർ ആത്മാർത്ഥമായി ആഗ്രഹിച്ചു. മുതലാളികൾതന്നെ അക്കാര്യത്തിന് മുൻകൈയെടുക്കുമെന്ന്

അവർ പ്രതീക്ഷിച്ചു. മുതലാളിത്തത്തിന്റെ സ്ഥാനത്ത് പുതിയൊരു വ്യവസ്ഥ വരുന്നതിനെക്കുറിച്ച് അവർ ധാരാളം സ്വപ്നം കണ്ടു. സോഷ്യലിസത്തിന്റെ ആദ്യകാല വക്താക്കൾ എന്ന നിലയിൽ ചരിത്രത്തിൽ ഇവർക്ക് പ്രത്യേക സ്ഥാനമുണ്ട്. അവരുടെ ആശയങ്ങൾ മാർക്സിനെ ഗണ്യമായി സ്വാധീനിച്ചു. ഉട്ടോപ്യൻ സോഷ്യലിസത്തിന് പല ദൗർബല്യങ്ങളുമുണ്ടായിരുന്നു. മുതലാളിത്ത വികസനത്തിന്റെ നിയമമെന്തെന്ന് മനസ്സിലാക്കാൻ അവർക്ക് കഴിഞ്ഞിരുന്നില്ല. കൂലി അടിമത്തത്തിന്റെ അടിസ്ഥാനം മനസിലാക്കിയില്ല. മുതലാളികൾതന്നെ ആ വ്യവസ്ഥയെ നശിപ്പിക്കുകയില്ല എന്നതിനാൽ ആ വ്യവസ്ഥയെ തകർക്കാൻ പോന്ന ശക്തിയേത് എന്നവർ തിരിച്ചറിഞ്ഞില്ല.

തൊഴിലാളിവർഗ്ഗത്തിന്റെ ചരിത്രപരമായ ദൗത്യം

ഇവിടെയാണ് മാർക്സിന്റെ മേന്മ. അദ്ദേഹം മുതലാളിത്ത വികസനത്തിന്റെ നിയമങ്ങൾ വെളിപ്പെടുത്തി. കൂലി അടിമത്തത്തിന്റെ അടിത്തറ എന്തെന്നു വ്യക്തമാക്കി. സർവ്വോപരി മുതലാളിത്തത്തെ തകർക്കാൻ തക്കശേഷിയുള്ള വിഭാഗം ഏതെന്നു ലോകസമക്ഷം വെളിപ്പെടുത്തി. മുതലാളിത്തം അതിന്റെ വികസനത്തിനൊപ്പം വർഗ്ഗശത്രുവായ തൊഴിലാളികളെയും സൃഷ്ടിക്കുന്നു. തൊഴിലാളികളാണ് മുതലാളിത്തത്തിന്റെ ശവക്കുഴി തോണ്ടുവാൻ നിയോഗിക്കപ്പെട്ട വർഗം. മുതലാളിത്തത്തെ തകർക്കുക എന്ന ദൗത്യം നിർവ്വഹിക്കാൻ തൊഴിലാളിവർഗ്ഗത്തിനു മാത്രമേ കഴിയൂ. അത് ചരിത്രനിയോഗമാണ്. തൊഴിലാളിവർഗ്ഗത്തെ ഏറ്റവും പുരോഗമനശക്തിയായി മാർക്സ് ഉയർത്തിക്കാട്ടി. മറ്റെല്ലാ വിഭാഗങ്ങളും അസ്തമിച്ചാലും തൊഴിലാളിവർഗം കരുത്തുറ്റ വിപ്ലവശക്തിയായി ഉയർന്നുവരും. മാർക്സ് പറയുന്നു: "ആധുനിക വ്യവസായത്തിന്റെ മുമ്പിൽ മറ്റെല്ലാ വർഗ്ഗങ്ങളും ക്ഷയിക്കുകയും ഒടുവിൽ തിരോഭവിക്കുകയും ചെയ്യും. തൊഴിലാളിവർഗ്ഗമാണ് അതിന്റെ സവിശേഷവും സാരവത്തുമായ ഉല്പന്നം." ചരിത്രപരമായ യാതൊരു മുൻകൈയുമില്ലാത്ത ഒരു വിഭാഗമായിട്ടാണ് ഉട്ടോപ്യൻ സോഷ്യലിസ്റ്റുകാർ തൊഴിലാളിവർഗത്തെ കണ്ടത്. അവരുടെ മോചനത്തെക്കുറിച്ച് ഉട്ടോപ്യൻ സോഷ്യലിസ്റ്റുകാർ സ്വപ്നംകണ്ടു. പക്ഷേ, ആ വർഗ്ഗത്തിന്റെ വിപ്ലവസ്വഭാവത്തെ ഉൾക്കൊണ്ടില്ല. മാത്രവുമല്ല, നേരത്തേ സൂചിപ്പിച്ചപോലെ സമാധാനപരമായ മാർഗ്ഗത്തിലൂടെ, പരിഷ്കാരങ്ങളിലൂടെ മുതലാളിത്ത സമൂഹത്തെ രൂപാന്തരപ്പെടുത്താമെന്ന് അവർ ആശ്വസിച്ചു.

തൊഴിലാളിവർഗ്ഗ സർവ്വാധിപത്യം

സാമൂഹ്യ വികാസത്തിന്റെ ചാലകശക്തി വർഗ്ഗസമരമാണ്. വർഗ്ഗസമരത്തിന്റെ നേതൃശക്തി തൊഴിലാളി വർഗ്ഗമാണ്. സമൂഹത്തിന്റെ എഴുതപ്പെട്ട ചരിത്രം വർഗ്ഗസമരത്തിന്റെ ചരിത്രമാണെന്ന് *കമ്യൂണിസ്റ്റ് മാനിഫെസ്റ്റോയിൽ* മാർക്സ് അർത്ഥശങ്കയ്ക്ക് ഇടയില്ലാത്തവിധം ചൂണ്ടി

ക്കാട്ടി. വർഗ്ഗസമരത്തിലൂടെയാണ് തൊഴിലാളിവർഗ്ഗം ഉല്പാദനോപാധികൾ പിടിച്ചെടുത്ത് തൊഴിലാളിവർഗ സർവ്വാധിപത്യം സ്ഥാപിക്കുന്നത്.

തൊഴിലാളിവർഗ്ഗസർവ്വാധിപത്യം സ്ഥാപിച്ചു കഴിഞ്ഞാൽ വർഗ്ഗസമരം തീർന്നു എന്നല്ല. വിപ്ലവത്തിന്റെ അടിസ്ഥാനപരമായ പ്രശ്നം അധികാരത്തിന്റെയാണല്ലോ. അതായത് ആര് അധികാരം കൈയാളുന്നു, ബൂർഷ്വാസിയോ, തൊഴിലാളിവർഗ്ഗമോ. അധികാരം പിടിച്ചുപറ്റൽ തുടക്കം മാത്രമമാണ്. നിലനിർത്തുകയും ഉറപ്പിച്ചെടുക്കുകയുമാണ് പ്രശ്നം. അധികാരം നഷ്ടപ്പെട്ട മുതലാളി പരാജയപ്പെട്ടെങ്കിലും, ഉന്മൂലനം ചെയ്യപ്പെട്ടിട്ടില്ല. ലെനിന്റെ വാക്കുകളിൽ പറഞ്ഞാൽ നഷ്ടപ്പെട്ട 'സ്വർഗ്ഗം' വീണ്ടെടുക്കാനായി പത്തിരട്ടി ഉശിരോടും തൊഴിലാളിവർഗ്ഗത്തോട് നൂറിരട്ടി വർദ്ധിച്ച വെറുപ്പോടും കോപത്തോടുംകൂടി അതു പോരാടും. ബൂർഷ്വാസി ചെറുത്തുനില്പ് അവസാനിപ്പിക്കുകയില്ല വർദ്ധിപ്പിക്കുകയാണ് ചെയ്യുക. ആയതിനാൽ ശത്രുവിന്റെ നേർക്കു നടത്തുന്ന ഏറ്റവും ഉറച്ചതും ഏറ്റവും നിഷ്കരുണവുമായ സമരമാണ് തൊഴിലാളിവർഗ സർവ്വാധിപത്യം. പുതിയ രൂപങ്ങളിലുള്ള വർഗ്ഗസമരത്തിന്റെ തുടർച്ചയാണത്.

സോഷ്യലിസത്തിലേക്കുള്ള പരിവർത്തനം ഒറ്റയടിക്കു നേടാമെന്നു കരുതരുത്. തൊഴിലാളിവർഗ്ഗം അധികാരം പിടിച്ചെടുത്താൽ പിന്നെ എല്ലാമായി എന്നും കരുതരുത്. സോഷ്യലിസത്തിലേക്കുള്ള പരിവർത്തനത്തിന് സുദീർഘമായ കാലഘട്ടം ആവശ്യമാണ്. ഉല്പാദനത്തിന്റെ പുനഃസംഘടന എളുപ്പമുള്ള കാര്യമല്ല. ജീവിതത്തിന്റെ എല്ലാ മണ്ഡലങ്ങളിലും സമഗ്രമായ മാറ്റത്തിന് സമയം വേണം. ലെനിൻ ഇപ്രകാരം പറഞ്ഞിട്ടുണ്ട്: "തൊഴിലാളിവർഗ്ഗ സർവ്വാധിപത്യം പഴയ സമൂഹത്തിലെ ശക്തികളോടും പാരമ്പര്യങ്ങളോടുമുള്ള വാശിയോടുകൂടിയ ഒരു സമരമാണ്–അത് രക്തരൂഷിതമോ അല്ലാത്തതോ ആകാം, അത് ഹിംസാപരവും സമാധാനപരവുമാണ്, അത് സൈനികവും സാമ്പത്തികവുമാണ്, അത് വിദ്യാഭ്യാസപരവും ഭരണവിഷയകവുമാണ്." തൊഴിലാളിവർഗ സർവ്വാധിപത്യം കൈവരിച്ചാൽ സോഷ്യലിസം നേടിയെടുത്തു എന്നല്ല. തൊഴിലാളിവർഗ്ഗ സർവ്വാധിപത്യ കാലഘട്ടമാകെ മുതലാളിത്തത്തിൽനിന്നും സോഷ്യലിസത്തിലേക്കുള്ള പരിവർത്തന കാലമാണ്.

ലക്ഷ്യം ജനങ്ങളുടെ വിമോചനം

തൊഴിലാളിവർഗ്ഗ വിപ്ലവത്തിന്റെ ലക്ഷ്യം തൊഴിലാളിവർഗ്ഗത്തിന്റെ മാത്രം വിമോചനമല്ല. കഷ്ടപ്പെടുന്ന ബഹുജനങ്ങളുടെ വിമോചനമാണ് ലക്ഷ്യം. വിപ്ലവത്തിന്റെ നേതൃപദവി തൊഴിലാളിവർഗ്ഗത്തിലാണ് നിക്ഷിപ്തമായിരിക്കുന്നത്. "ഇതുവരെ ചരിത്രത്തിലുണ്ടായിട്ടുള്ള എല്ലാ പ്രസ്ഥാനങ്ങളും ന്യൂനപക്ഷങ്ങളുടെതോ ന്യൂനപക്ഷതാല്പര്യങ്ങൾക്കുവേണ്ടിയുള്ളതോ ആയ പ്രസ്ഥാനങ്ങളായിരുന്നു. തൊഴിലാളിപ്രസ്ഥാനമാകട്ടെ ബഹുഭൂരിപക്ഷത്തിന്റെ താല്പര്യത്തിനുവേണ്ടിയുള്ള ബഹുഭൂരിപക്ഷ

ത്തിന്റെ സ്വതന്ത്രവും ബോധപൂർവ്വവുമായ പ്രസ്ഥാനമാണ്."

ഭരണകൂടത്തിന്റെ സ്വഭാവം

മുതലാളിത്തത്തിന്റെ തകർച്ച അനിവാര്യമായും സംഭവിക്കുമെങ്കിൽ ശാന്തമായി ആ തകർച്ചയ്ക്കുവേണ്ടി കാത്തിരുന്നാൽ പോരേ എന്നൊരു സംശയമുയരാം. തൊഴിലാളി സംഘടനകളും മറ്റും ആവശ്യമില്ലല്ലോ എന്നും സംശയിക്കാം. ഈവക ധാരണകൾ ചൂഷകവർഗ്ഗത്തെ മാത്രമേ സഹായിക്കൂ. വർഗ്ഗവിഭജിതമായ ഏതു സമൂഹത്തിലും ധനികവർഗ്ഗത്തിന്റേതായിരിക്കും ഭരണകൂടം. അവർക്കായിരിക്കും അധീശത്വം. ഭരണകൂടമുണ്ടായതുതന്നെ അന്യോന്യം പോരാടുന്ന രണ്ടു വർഗങ്ങൾ തമ്മിലുള്ള വൈരുദ്ധ്യങ്ങളെ കീഴമർത്താനാണ്; കീഴാളവർഗ്ഗത്തെ അടിച്ചമർത്തുന്നതിനാണ്. ഭരണകൂടത്തിന്റെ രാഷ്ട്രീയ സാമ്പത്തികനയങ്ങൾ എപ്പോഴും സമ്പന്നർക്കനുകൂലമായിരിക്കും. മതവും, നിയമവും, സാഹിത്യവും, കലയും, സംസ്കാരവും, രാഷ്ട്രീയവും, മാദ്ധ്യമങ്ങളും വർഗ്ഗതാല്പര്യത്തിന്റെ ഉപകരണങ്ങളായിരിക്കും. സാമൂഹ്യമാറ്റത്തിന്റെ ദിശ തങ്ങൾക്ക് അനുകൂലമായി തിരിക്കാൻ മേധാവിവർഗ്ഗത്തിനു കഴിയും. ഭരണകൂടസ്വാധീനമുപയോഗിച്ച് ഇന്ത്യയിൽ ഉദാരവല്ക്കരണനയം നടപ്പാക്കുന്നത് ഏറ്റവും നല്ല ഉദാഹരണമാണ്. തൊഴിലാളിവർഗ്ഗത്തിന്റെ ശക്തമായ ഇടപെടലും നേതൃത്വവും സാമൂഹ്യമാറ്റത്തിന്റെ വേഗതയും ദിശയും മാറ്റിമറിക്കുന്നതിനു അത്യാവശ്യമാണ്. ആയതിനാൽ മുതലാളിത്തത്തിന്റെ അനിവാര്യമായ തകർച്ചയ്ക്കുവേണ്ടി കാത്തിരിക്കുകയല്ല തൊഴിലാളികളുടെ കടമ.

സാമൂഹ്യവളർച്ചയുടെ എല്ലാ ഘട്ടങ്ങളിലും വർഗ്ഗങ്ങളുണ്ടായിരുന്നു എന്നു ചിലർ വാദിക്കുന്നു. തൊഴിലെടുക്കുന്നവരും തൊഴിലെടുപ്പിക്കുന്നവരും എല്ലാക്കാലത്തും ഉണ്ടായിരുന്നെന്ന് പ്രചരിപ്പിക്കുന്നു. ചൂഷണവ്യവസ്ഥയെ ന്യായീകരിക്കുകയാണ് ഇവരുടെ ഉന്നം. വാസ്തവത്തിൽ വർഗ്ഗങ്ങൾ ഉടലെടുത്തത് ചരിത്രവികാസത്തിന്റെ ഒരു പ്രത്യേക ഘട്ടത്തിലാണ്. പ്രാകൃത കമ്യൂണിസത്തിൽ സമൂഹം വർഗ്ഗങ്ങളായി തിരിഞ്ഞിരുന്നില്ല. അടിമവ്യവസ്ഥയുടെ, അല്ലെങ്കിൽ, സ്വകാര്യസ്വത്തിന്റെ ആവിർഭാവത്തോടെയാണ് വർഗ്ഗങ്ങളായി സമൂഹം വിഭജിക്കപ്പെട്ടത്.

വിപ്ലവപ്പാർട്ടിയുടെ പ്രസക്തി

ധാരാളം തൊഴിലാളികളുള്ളതുകൊണ്ട് വിപ്ലവമുന്നേറ്റം ഉണ്ടാകുന്നില്ല. അസംഘടിതരായ തൊഴിലാളികൾക്ക് ഒരു മുന്നേറ്റവും നടപ്പാക്കാനാവില്ല. തൊഴിലാളിവർഗ്ഗത്തെ നയിക്കുന്നതിന് ഒരു പാർട്ടി ആവശ്യമാണ്. തൊഴിലാളിവർഗ്ഗത്തിന്റെ മുന്നണിവിഭാഗമാണ് പാർട്ടി. അധികാരത്തിനുവേണ്ടിയുള്ള സമരങ്ങളിൽ തൊഴിലാളിവർഗ്ഗത്തിന് സംഘടനയല്ലാതെ വേറെ ആയുധമില്ല എന്ന് മാർക്സ് പറഞ്ഞിട്ടുണ്ട്. മാർക്സും

എംഗൽസുമാണ് വിപ്ലവപ്പാർട്ടിയുടെ പ്രസക്തിയും പ്രാധാന്യവും എടുത്തു പറഞ്ഞത്. തൊഴിലാളിവർഗ്ഗ പാർട്ടിയുടെ പ്രപഞ്ചവീക്ഷണമാണ് മാർക്സിസം–ലെനിനിസം എന്നു നേരത്തേ പറഞ്ഞുവല്ലോ. തൊഴിലാളിവർഗ്ഗത്തെ കൊണ്ടുമാത്രം വിപ്ലവം പൂർത്തീകരിക്കാൻ കഴിയില്ല. കർഷകരുടെയും കർഷക തൊഴിലാളികളുടെയും സജീവപങ്കാളിത്തം അതിനാവശ്യമാണ്. ഇതിനെ സംബന്ധിച്ച് മാർക്സും എംഗൽസും തികഞ്ഞ ബോധവാന്മാരായിരുന്നു. തൊഴിലാളിവർഗ്ഗത്തെ തങ്ങളുടെ സ്വാഭാവിക ബന്ധുവും നേതാവുമായി കർഷകർ കാണുന്നു എന്ന് മാർക്സ് നിരീക്ഷിച്ചിട്ടുണ്ട്.

വിപ്ലവപരിതസ്ഥിതി

മുൻകൂട്ടി തയ്യാറാക്കിയ ഒരു പദ്ധതി അനുസരിച്ചല്ല വിപ്ലവം നടക്കുന്നത്. വിപ്ലവത്തെ വെളിയിൽനിന്നും ഇറക്കുമതി ചെയ്യാനോ കൃത്രിമമായി സൃഷ്ടിക്കാനോ കഴിയില്ല. ആരെങ്കിലും ആഗ്രഹിച്ചതുകൊണ്ടും വിപ്ലവം ഉണ്ടാകുന്നില്ല. സമൂഹത്തിനുള്ളിൽത്തന്നെ അത് പരിപക്വമാകണം. ലെനിൻ ചൂണ്ടിക്കാണിച്ചതുപോലെ 'വിപ്ലവപരിതഃസ്ഥിതി' വളർന്നു വരണം. വിപ്ലവപരിതഃസ്ഥിതിക്ക് മൂന്നു ലക്ഷണങ്ങളുണ്ട്. ഒന്നാമതായി ഭരണവർഗ്ഗങ്ങൾക്ക് പണ്ടത്തെപ്പോലെ ഭരണം തുടരാൻ നിവർത്തിയില്ലാതാകണം. രണ്ടാമത്, മർദ്ദിത ജനവിഭാഗങ്ങളുടെ ദാരിദ്ര്യവും കഷ്ടപ്പാടുകളും പതിവിലേറെ കൊടുമ്പിരിക്കൊള്ളണം. മൂന്നാമതായി ബഹുജനങ്ങൾ കൂടുതൽ സംഘടിതരും വിപ്ലവബോധം ഉൾക്കൊണ്ടവരുമാകണം. വസ്തുനിഷ്ഠ സാഹചര്യം പക്വമായിരിക്കണം. ആത്മനിഷ്ഠ സാഹചര്യവും സജീവമായിരിക്കണം.

വർഗ്ഗങ്ങളില്ലാത്ത ഒരു സമൂഹം സൃഷ്ടിക്കുക സാദ്ധ്യമാണ്. പക്ഷേ എളുപ്പമല്ല. അത്യധികം സങ്കീർണ്ണവും സുദീർഘവുമായ ഒരു പ്രക്രിയയാണത്. അങ്ങനെ സൃഷ്ടിക്കപ്പെട്ട സാമ്പത്തിക സാമൂഹ്യസംവിധാനത്തിന്റെ പേരാണ് സോഷ്യലിസം. പണിയെടുക്കുന്നവരുടെ ഒരു സമൂഹമാണത്. "ഓരോരുത്തരിൽനിന്നും അവരവരുടെ കഴിവനുസരിച്ച്, ഓരോരുത്തർക്കും അവരവരുടെ അദ്ധ്വാനമനുസരിച്ച്" എന്നതാണ് സോഷ്യലിസത്തിന്റെ തത്ത്വം, ഉല്പാദനശക്തികളുടെ പൂർണ്ണമായ വളർച്ച ഈ ഘട്ടത്തിൽ കഴിയാത്തതുകൊണ്ടാണ് എല്ലാവർക്കും ആവശ്യമുള്ളത് നല്കാൻ കഴിയാത്തത്. പുതിയ സമൂഹത്തിന്റെ ഉയർന്ന ഘട്ടമാണ് കമ്യൂണിസം. "ഓരോരുത്തരിൽനിന്നും അവരവരുടെ കഴിവനുസരിച്ച്, ഓരോരുത്തർക്കും അവരവരുടെ ആവശ്യമനുസരിച്ച്" എന്നതാണ് കമ്യൂണിസത്തിന്റെ തത്ത്വം. ഉപജീവനത്തിനുവേണ്ടി അദ്ധ്വാനിക്കുന്നത് വിട്ട് അദ്ധ്വാനം മനുഷ്യന്റെ ഒരു പ്രാഥമികാവശ്യമായി മാറുന്ന വ്യവസ്ഥയാണിത്.

പാരീസ് കമ്യൂൺ

പ്രഥമ തൊഴിലാളിവർഗ്ഗവിപ്ലവം അരങ്ങേറിയത് പാരീസിലാണ്.

വിപ്ലവത്തെ തുടർന്ന് ആദ്യത്തെ തൊഴിലാളിവർഗ്ഗ ഭരണകൂടം നിലവിൽ വന്നു. അതിന്റെ പേരാണ് പാരീസ് കമ്യൂൺ. (ഫ്രാൻസിൽ നഗരങ്ങൾ രൂപപ്പെട്ടു വന്നകാലത്ത് അവയ്ക്കു നല്കപ്പെട്ട പേരാണ് കമ്യൂൺ. പാരീസ് കമ്യൂൺ കേവലം നഗരഗവൺമെന്റുകളായിരുന്നില്ല. അത് തൊഴിലാളിവർഗ്ഗത്തിന്റെ വിപ്ലവഭരണകൂടമായിരുന്നു.)

രണ്ടു പതിറ്റാണ്ടിലേറെക്കാലം നീണ്ട ബോണപ്പാർട്ടു ഭരണത്തിൽ ജനങ്ങൾ വീർപ്പുമുട്ടുകയായിരുന്നു. 1870 ആയപ്പോഴേക്കും ഗവൺമെന്റ് അങ്ങേയറ്റം ദുർബ്ബലമായി. നെപ്പോളിയൻ മൂന്നാമന്റെ കാലത്തു നടന്ന ഫ്രാങ്കോ – പ്രഷ്യൻ യുദ്ധത്തിൽ ഗവൺമെന്റുതോറ്റു. ചക്രവർത്തി തടവുകാരനാക്കപ്പെട്ടു. പാരീസിലെ തൊഴിലാളിവർഗ്ഗം ഒരു വിപ്ലവശക്തിയായി അപ്പോഴേക്കും വളർന്നുകഴിഞ്ഞിരുന്നു. പക്ഷേ, അവരുടെ സ്ഥിതി അങ്ങേയറ്റം പരിതാപകരമായിരുന്നു. നിലവിലുള്ള വ്യവസ്ഥയെ തകർത്തെറിയുകയല്ലാതെ മറ്റൊരു മാർഗ്ഗവും തൊഴിലാളിവർഗ്ഗത്തിനു മുന്നിൽ അവശേഷിച്ചില്ല. 1871 മാർച്ച് 18ന് പാരീസിൽ വിപ്ലവം പൊട്ടിപ്പുറപ്പെട്ടു. ദിവസങ്ങൾക്കുള്ളിൽ അധികാരം പാരീസ് കമ്യൂണുകളുടെ കൈകളിലായി.

പക്ഷേ പാരീസ് കമ്യൂണിന് 72 ദിവസത്തിൽ കൂടുതൽ നിലനില്ക്കാനായില്ല. അധികാര നഷ്ടത്തിൽ വിറളിപൂണ്ട ബൂർഷ്വാസി ജർമ്മൻ ചാൻസിലർ ബിസ്മാർക്കുമായി കൂട്ടുചേർന്ന് കമ്യൂണിനെ അതിനിഷ്ഠുരമായി അടിച്ചമർത്തി. പതിനായിരങ്ങളെ കോൺസൻട്രേഷൻ ക്യാമ്പുകളിലേക്കയച്ചു. മുപ്പത്തിയഞ്ചുലക്ഷത്തോളം സഖാക്കളെ വെടിവെച്ചുവീഴ്ത്തി.

പാരീസ് കമ്യൂണിന്റെ പരാജയം പല പാഠങ്ങളും ലോകത്തിനു സമ്മാനിച്ചു. 1871–ലെ വിപ്ലവം വളരെ ആസൂത്രിതമായി നടത്തപ്പെട്ടതല്ല. അതൊരു സ്വാഭാവിക സംഭവവികാസമായിരുന്നു. വേണ്ടത്ര ആസൂത്രണം കൂടാതെ വിപ്ലവം വിജയിപ്പിക്കാനാവില്ലെന്ന് പാരീസ് കമ്യൂൺ പഠിപ്പിച്ചു. ഭരണകൂടാധികാരം പിടിച്ചെടുക്കുന്നതുകൊണ്ടു മാത്രം വിപ്ലവലക്ഷ്യം പൂർത്തീകരിക്കുന്നില്ല എന്നും പാരീസ് കമ്യൂൺ പഠിപ്പിച്ചു. "മുമ്പുള്ളവർ തയ്യാർചെയ്തു വെച്ചിട്ടുള്ള ഭരണകൂടം വെറുതെയങ്ങ് കൈവശപ്പെടുത്തി സ്വന്തം ആവശ്യങ്ങൾക്കുവേണ്ടി അതിനെ അതേപടി ഉപയോഗിക്കാൻ തൊഴിലാളിവർഗ്ഗത്തിനു സാദ്ധ്യമല്ലെന്നും" പഠിപ്പിച്ചു. വിപ്ലവത്തിനു നേതൃത്വം നല്കാൻ കമ്യൂണിസ്റ്റുപാർട്ടിക്കു മാത്രമേ കഴിയൂ. കെട്ടുറപ്പുള്ള ഒരു തൊഴിലാളിവർഗ്ഗ പാർട്ടിയുടെ അഭാവം പാരീസ് കമ്യൂണിന്റെ തകർച്ചയ്ക്കു മുഖ്യകാരണമായി. നാട്ടിൻപുറത്തെ കൃഷിക്കാരുമായി ബന്ധം സ്ഥാപിക്കുന്നതിലും പാരീസ് കമ്യൂൺ പരാജയമായിരുന്നു.

6

സാമ്രാജ്യത്വവും ആഗോളവല്ക്കരണവും

മുതലാളിത്തം കമ്പോളവ്യവസ്ഥയാണ്. കമ്പോളം ഒരു പ്രത്യേക സ്ഥലത്തെയല്ല സൂചിപ്പിക്കുന്നത്. സ്ഥലം ഏതുമാകാം. ഒരു കൊച്ചു പ്രദേശമാകാം. ലോകം മുഴുവനുമാകാം. സ്വർണ്ണ കമ്പോളം, ഉദാഹരണം. അല്ലെങ്കിൽ മരുന്നിനുള്ള കമ്പോളം, എല്ലാരാജ്യങ്ങളിലുമുണ്ട് ഇവ വാങ്ങുന്നവരും വില്ക്കുന്നവരും. ലോകവ്യാപകമാണ് ഇവയ്ക്കുള്ള കമ്പോളം. അങ്ങനെ ഒരുപാടു ചരക്കുകളുടെ കാര്യത്തിൽ പ്രത്യേക സ്ഥലനാമങ്ങളില്ല.

ചരക്കുകൾ മാത്രമല്ല സേവനങ്ങളും വില്ക്കുകയും വാങ്ങുകയും ചെയ്യപ്പെടുന്നുണ്ട്. ബാങ്ക്, ഇൻഷുറൻസ്, ഐ ടി, വ്യോമഗതാഗതം എല്ലാം സേവന കമ്പോളത്തിന്റെ ഭാഗമാണ്. കമ്പനികളുടെ ഓഹരികകൾക്കും കമ്പോളമുണ്ട്. വിദേശ കറൻസികൾക്കുമുണ്ട് കമ്പോളം. അവ യഥാക്രമം ഓഹരി വിപണി, വിദേശവിനിമയ വിപണി എന്നിങ്ങനെ അറിയപ്പെടുന്നു.

മൂന്നു കാര്യങ്ങൾ ചേരണം കമ്പോളമാവാൻ: വില്പനക്കാർ, വാങ്ങുന്നവർ, പിന്നെ കൈമാറ്റം ചെയ്യപ്പെടുന്നതെന്തോ അതും. ഇടപാടുകാർ തമ്മിൽ നേരിട്ടോ അല്ലാതെയോ ബന്ധം വെക്കണം. ബന്ധപ്പെടൽ ഏജന്റുമാർ വഴിയാകാം, സന്ദേശങ്ങൾ കൈമാറിയാകാം. ഏതുവിധേനയുമാകാം.

ഇവയെക്കാൾ പ്രധാനം വാങ്ങുന്നവരുടെ കൈവശം പണം വേണമെന്നുള്ളതാണ്. വില്പനക്കാരുടെ പക്കൽ ചരക്കും വേണം. രണ്ടുമില്ലാത്തവർക്ക്, ഒരർത്ഥത്തിൽ, കമ്പോളത്തിൽ കാര്യമൊന്നുമില്ല. ഒരു

തൊഴിൽരഹിതനുമുന്നിൽ അല്ലെങ്കിൽ ഒരു കൂലിവേലക്കാരനുമുന്നിൽ, മുതലാളിത്ത കമ്പോള വ്യവസ്ഥയുടെ പ്രവർത്തനരീതി വർണ്ണിച്ചതു കൊണ്ടെന്തുഫലം? എന്നാൽ നിശ്ചയമായും ജനങ്ങൾ കമ്പോളവ്യവസ്ഥയുടെ ഭാഗമാകുന്നുണ്ട്. അദ്ധ്വാനശേഷി വില്ക്കുന്നവരെന്നനിലയ്ക്കാണ് അവർ മുതലാളിത്തത്തിന്റെ ഭാഗമാകുന്നത്.

പൂർണ്ണമത്സര കമ്പോളം ഒരു മിഥ്യ

കമ്പോളത്തിൽ വില്പനക്കാർ തമ്മിൽ രൂക്ഷമായ മത്സരം ഉണ്ടാകും എന്നാണ് സങ്കല്പം. അതൊരു പഴകിയ സിദ്ധാന്തത്തിന്റെ ഭാഗമാണ്. ആധുനിക കമ്പോളത്തിൽ കുത്തകകൾ തമ്മിലെ കിടമത്സരമാണുള്ളത്.

ധനശാസ്ത്രജ്ഞർ ധാരാളമായി ചർച്ചചെയ്തിട്ടുള്ളതാണ് പൂർണ്ണമത്സര കമ്പോളം എന്ന സങ്കല്പം. ഒരു ചരക്കിനു ലക്ഷക്കണക്കിനു വില്പനക്കാർ. അതേപോലെ ലക്ഷക്കണക്കിനുവാങ്ങുന്നവരും. ആർക്കും, എപ്പോഴും, വിപണിയിലേക്കു കടന്നുവരാം; പുറത്തുപോവുകയുമാവാം. നിയന്ത്രണങ്ങളില്ല, നിബന്ധനകളില്ല. ഒരാൾക്കോ ഒരുകൂട്ടം വില്പനക്കാർക്കോ ഏകപക്ഷീയമായി വില ഉയർത്താനോ താഴ്ത്താനോ ആവില്ല. ഉയർത്തിയാൽ ഉപഭോക്താക്കളെ കൂട്ടത്തോടെ നഷ്ടപ്പെടുകയാവും ഫലം. ലക്ഷക്കണക്കിനു വില്പനക്കാർ വേറെയുള്ളതുകൊണ്ടാണത്. വില കുറച്ചാലോ? അതു കമ്പോളത്തിൽ പ്രത്യേകിച്ചൊരു പ്രത്യാഘാതവുമുണ്ടാക്കില്ല. ഒരു ഉല്പാദകന്റെ കൈവശം നാമമാത്രമായ ചരക്കേ കാണൂ. അതു നിമഷത്തിനകം വിറ്റു തീരും. അറബിക്കടലിൽനിന്നും ഒരു കൈക്കുമ്പിൾ വെള്ളമെടുത്താൽ കടലിനു വല്ല മാറ്റവുമുണ്ടാകുമോ?

കമ്പോളത്തിൽ ലഭ്യതയും ആവശ്യകതയും അനുസരിച്ചു വില നിർണ്ണയിക്കപ്പെടുന്നു. ലഭ്യത കൂടുതലാണെങ്കിൽ വില കുറയും. വിലക്കുറവു ഒരു സൂചനയാണ്. ആവശ്യത്തിലേറെ ഉല്പാദിപ്പിച്ചു എന്നതിന്റെ സൂചന. അപ്പോൾ ഉല്പാദനം കുറയ്ക്കും. വില ഉയരും. മറിച്ച് ആവശ്യക്കാർ കൂടുതലാണെങ്കിലോ? വില ഉയരും. അതും ഒരു സൂചനയാണ്. ആവശ്യം കൂടുതലാണെന്ന സൂചന. അപ്പോൾ ഉല്പാദനം കൂട്ടും. വില കുറയും. ചുരുക്കത്തിൽ ചരക്കിന് ഒരു വിലയേ നിലനില്ക്കൂ. ഒരാൾക്ക്, അല്ലെങ്കിൽ കുറച്ചുപേർക്ക് വിലയോ ഉല്പാദനമോ നിയന്ത്രിക്കാനാവാത്ത വ്യവസ്ഥയാണ് പൂർണ്ണമത്സര കമ്പോളം.

എന്നാൽ പൂർണ്ണമത്സര കമ്പോളം (Perfect Competition) ഒരു കെട്ടുകഥയാണ്. കേവലമായ സിദ്ധാന്തമാണ്. ചർച്ച ചെയ്യാൻ മാത്രം കൊള്ളാവുന്ന സിദ്ധാന്തം. യാഥാർത്ഥ്യം എത്രയോ അകലെ!സിദ്ധാന്തവും അനുഭവവും തമ്മിൽ കടലും കടലാടിയും തമ്മിലെ ബന്ധമേയുള്ളൂ.

കുത്തക മുതലാളിത്തം യാഥാർത്ഥ്യം

ഉല്പാദനവും വ്യാപാരവും ഏതാനും കുത്തകകൾ നിയന്ത്രിക്കുന്നതാണ് ആധുനിക മുതലാളിത്ത കമ്പോള വ്യവസ്ഥ. അതു മത്സരാധിഷ്ഠിതമായ മുതലാളിത്തമല്ല, കുത്തക മുതലാളിത്തമാണ്. ഒരു ചരക്കിനു ലക്ഷക്കണക്കിന് ഉല്പാദകരില്ല. ഉള്ളവർ കോടീശ്വരന്മാരും ശതകോടീശ്വരന്മാരും! കോടികളുടെ മൂലധനവും ആസ്തിയും, വില്പനയും കൈയടക്കിയവർ. വില നിർണ്ണയിക്കുന്നതു കമ്പോളമല്ല, കുത്തകകളാണ്. കുത്തകാവകാശമാണ് വില നിർണ്ണയത്തിലെ അടിസ്ഥാന ഘടകം. കൊള്ളലാഭമടിക്കുന്നതിനുവേണ്ടി കുത്തകകൾ സാമ്പത്തികമായും രാഷ്ട്രീയമായും ആശയപരമായും രാജ്യങ്ങളെ കീഴടക്കുന്നതാണ് സാമ്രാജ്യത്വം.

കുത്തക എന്നാൽ എന്താണെന്നു ഇപ്പോൾ വ്യക്തമായിക്കാണും. കമ്പോളത്തിൽ ഒരു ഉല്പാദകൻ അല്ലെങ്കിൽ വില്പനക്കാരൻ മാത്രമുള്ളപ്പോൾ, മത്സരമില്ല. മത്സരമില്ലാത്ത അവസ്ഥയാണ് കുത്തക. ഇംഗ്ലീഷിൽ Monopoly എന്നു പറയുന്നു. ഏകപക്ഷീയമായി അയാൾക്കു വില നിശ്ചയിക്കാം. കുറച്ചുമാത്രം ഉല്പാദകരുള്ള കമ്പോളവും കുത്തകയാണ്. കാരണം ഓരോരുത്തർക്കും വില നിർണ്ണയിക്കാൻ കഴിയും. പരസ്യങ്ങൾ വഴിയും, ആകർഷണീയങ്ങളായ വിപണനതന്ത്രങ്ങൾ വഴിയും ഉപഭോക്താക്കളുടെ മേൽ സ്വാധീനവും നിയന്ത്രണവും ചെലുത്താൻ അവയ്ക്കു കഴിയും. ഒരു ഉല്പാദകൻ (മറ്റു കുത്തകകൾ ഉള്ളപ്പോഴും) വിലയല്പം ഉയർത്തിയാലും ഉപഭോക്താക്കളാൽ ഉപേക്ഷിക്കപ്പെടുമെന്നു ഭയക്കേണ്ട. കാറുകൾ, വിമാനകമ്പനികൾ, മൊബൈൽ ഫോണുകൾ, ടെലിവിഷനുകൾ എന്നിങ്ങനെ കുത്തകകൾക്ക് ഉദാഹരണങ്ങൾ അനവധിയാണ്. ഉല്പാദകർ തമ്മിൽ മത്സരമുണ്ട്; കുത്തകയുമുണ്ട്. പരിമിതമായ മത്സരം എന്നു കൂട്ടിചേർക്കാം. കുറച്ചുമാത്രം ഉല്പാദകരുള്ള കമ്പോളത്തെ ഇംഗ്ലീഷിൽ Oligopoly എന്നു പറയുന്നു. ഇവർ തമ്മിലെ മത്സരത്തെ Monopolistic Competition എന്നും.

മത്സരിച്ചു കമ്പോളത്തിൽ ആധിപത്യമുറപ്പിക്കുന്നതിനേക്കാൾ ഇന്നു കുത്തകകൾക്കു പ്രിയം മത്സരമൊഴിവാക്കി കമ്പോളം കീഴടക്കാനാണ്. അതിനവർ കൂട്ടുചേരുന്നു. കാർട്ടലുകൾ അല്ലെങ്കിൽ സിൻഡിക്കേറ്റുകൾ ഉണ്ടാക്കുന്നു. ട്രസ്റ്റുകൾ രൂപീകരിക്കുന്നു. ഒരു കുത്തകയെ മറ്റൊരു കുത്തക ഏറ്റെടുക്കുകയോ (മെർജർ) രണ്ടു കുത്തകകൾ ചേർന്ന് പുതിയൊരെണ്ണം രൂപീകരിക്കുകയോ (അമാൽഗമേഷൻ) വ്യാപകമായി പരീക്ഷിക്കപ്പെടുന്ന രീതികളാണ്. ഒന്നിലേറെ കമ്പനികൾ ചേർന്ന് വില്പനയിൽ ആധിപത്യത്തിനുവേണ്ടി പുതിയൊരു കമ്പനി–കാർട്ടൽ അഥവാ സിൻഡിക്കേറ്റ്–രൂപീകരിക്കുകയാണ് മറ്റൊരു രീതി. പല കമ്പനികൾ ചേർന്ന് ട്രസ്റ്റ് ഉണ്ടാക്കുകയും ട്രസ്റ്റിന്റെ ഓഹരികൾ വാങ്ങി ട്രസ്റ്റിൽ നിയ

ന്ത്രണം ഉറപ്പാക്കുകയുമാണ് ഇനിയുമൊരു രീതി. വില്പന ചുമതല ട്രസ്റ്റ് ഏറ്റെടുക്കുന്നു. ലാഭം പങ്കുവയ്ക്കുന്നു.

കമ്പോളത്തെ കൈയിലമർത്തി ഉപഭോക്താക്കളെ കൊള്ളയടിക്കുകയാണ് കുത്തകകളുടെ ലക്ഷ്യം. അതിനവർ ഐക്യമുന്നണി ഉണ്ടാക്കുന്നു; ഏതു ഹീനതന്ത്രവും പയറ്റുന്നു.

സാമ്രാജ്യത്വം – മുതലാളിത്തത്തിന്റെ പരമോന്നത ഘട്ടം

ലെനിൻ അദ്ദേഹത്തിന്റെ "സാമ്രാജ്യത്വം മുതലാളിത്തത്തിന്റെ പരമോന്നതഘട്ടം" (1917 ഏപ്രിൽ) എന്ന കൃതിയിൽ ഇപ്രകാരം പ്രസ്താവിക്കുന്നുണ്ട്. "അരനൂറ്റാണ്ടു മുമ്പ്, മാർക്സ് *മൂലധനം* എഴുതിക്കൊണ്ടിരിക്കുമ്പോൾ, സ്വതന്ത്രമത്സരം ഒരു 'സ്വാഭാവിക' നിയമമാണെന്ന് ഭൂരിപക്ഷം സാമ്പത്തിക ശാസ്ത്ര വിദഗ്ദ്ധന്മാരും ധരിച്ചുവെച്ചിരുന്നു. എന്നാൽ സ്വതന്ത്ര മത്സരം ഉല്പാദന കേന്ദ്രീകരണത്തിനു വഴി തെളിക്കുമെന്നും കേന്ദ്രീകരണം കുറെ വളർന്നു വരുമ്പോൾ ഒരു ഘട്ടം വച്ചു കുത്തക സ്ഥാപനങ്ങളുടെ രൂപീകരണത്തിനു കാരണമായിത്തീരുമെന്നും മുതലാളിത്തത്തെ താത്ത്വികമായും ചരിത്രപരമായും വിശകലനം ചെയ്തുകൊണ്ട് മാർക്സ് തെളിയിച്ചു. പക്ഷേ, മാർക്സിന്റെ ഗ്രന്ഥങ്ങളെ കുഴിച്ചുമൂടാൻ അന്നത്തെ ഗവൺമെന്റുകളുടെ പിണിയാളുകളായ ശാസ്ത്രജ്ഞന്മാർ ഒരു നിശ്ശബ്ദ ഗൂഢാലോചന വഴി ശ്രമിച്ചുനോക്കി. ഇന്നാകട്ടെ, കുത്തക ഒരു യാഥാർത്ഥ്യമായിത്തീർന്നിരിക്കുന്നു." 159 വർഷംമുമ്പ് *കമ്യൂണിസ്റ്റ് മാനിഫെസ്റ്റോയിൽ* മാർക്സും എംഗൽസും ഇങ്ങനെ നിരീക്ഷിച്ചു. "ജനസംഖ്യയുടെയും ഉലപാദനോപാധികളുടെയും സ്വത്തുക്കളുടെയും ഛിന്നഭിന്നാവസ്ഥയെ ബൂർഷ്വാസി കൂടുതൽ കൂടുതൽ ഇല്ലാതാക്കിക്കൊണ്ടിരിക്കുകയാണ്. അത് ഉല്പാദനോപാധികളെ കേന്ദ്രീകരിക്കുകയും, സ്വത്ത് ഒരുപിടി ആളുകളുടെ കൈകളിൽ സ്വരൂപിക്കുകയും ചെയ്തിരിക്കുന്നു."

സ്വതന്ത്ര മത്സരം കുത്തക മുതലാളിത്തമായി മാറുന്നു

സ്വതന്ത്രമത്സരം എപ്രകാരമാണ് കുത്തകാധിപത്യമായി മാറുന്നത്? മിച്ചമൂല്യസിദ്ധാന്തം വിശദീകരിക്കവെ, രണ്ടു കാര്യങ്ങൾ വ്യക്തമാക്കിയിരുന്നു. ഒന്ന്, മൂല്യത്തിന്റെ (അതായത് വിനിമയ മൂല്യത്തിന്റെ) അടിസ്ഥാനം ചരക്കിന്റെ നിർമ്മാണത്തിൽ പ്രയോഗിക്കപ്പെട്ട അദ്ധ്വാനത്തിന്റെ അളവാണ്. അതെപോലെ, അദ്ധ്വാനശേഷിയുടെ മൂല്യം അദ്ധ്വാനശേഷി സൃഷ്ടിക്കുന്നതിനും പുനഃസൃഷ്ടിക്കുന്നതിനും ആവശ്യമായ അദ്ധ്വാനമാണ്. തൊഴിലാളി ആകെ സൃഷ്ടിക്കുന്ന മൂല്യവും തൊഴിലാളിയുടെ അദ്ധ്വാനശേഷിയുടെ മൂല്യവും തമ്മിലുള്ള വ്യത്യാസമാണ് മിച്ചമൂല്യം. രണ്ട്, മുതലാളിത്ത വളർച്ചയുടെ അടിസ്ഥാനം മൂലധനമാണെന്നും മൂലധനത്തിന്റെ സ്രോതസ്സ് മിച്ചമൂല്യമാണെന്നും അദ്ധ്വാനശേഷിയാണ് മിച്ച

മൂല്യം സൃഷ്ടിക്കുന്നതെന്നും വിശദമാക്കി. മിച്ചമൂല്യത്തിന്റെ ചൂഷണത്തിനനുസരിച്ചാണ് മുതലാളിത്ത വളർച്ച. മുതലാളിത്തം കൂടുതൽ കൂടുതൽ മിച്ചമൂല്യം വളർത്താനും മൂലധനം വർദ്ധിപ്പിക്കാനും ശ്രമിക്കും. അതിനുള്ള മാർഗ്ഗങ്ങളിൽ പ്രധാനം, യന്ത്രങ്ങളുടെ ഉപയോഗവും ആധുനിക സാങ്കേതികവിദ്യയുടെ പ്രയോഗവുമാണ്. "ഉല്പാദനത്തിൽ നിരന്തരം വിപ്ലവകരമായ പരിവർത്തനം, എല്ലാ സാമൂഹ്യോപാധികളുടെയും ഇടതടവില്ലാതെ ഇളക്കി മറിക്കൽ, ശാശ്വതമായ അനിശ്ചിതാവസ്ഥയും പ്രക്ഷോഭവും–ഇതെല്ലാം ബൂർഷ്വാകാലഘട്ടത്തെ എല്ലാ പഴയ കാലഘട്ടങ്ങളിൽനിന്നും വേർതിരിക്കുന്നു" എന്നു 'കമ്യൂണിസ്റ്റു മാനിഫെസ്റ്റോ' പറയുന്നു. യന്ത്രങ്ങളും സാങ്കേതിക വിദ്യകളും ഉല്പാദനക്ഷമത ഉയർത്തും. മിച്ചമൂല്യത്തിന്റെ തോത് വർദ്ധിക്കും. ഒരു ചെറിയ കണക്കു കൊണ്ട് അതു വ്യക്തമാക്കാം. നേരത്തെ സ്വീകരിച്ച ഉദാഹരണം തന്നെ തുടരാം. പ്രസ്തുത ഉദാഹരണത്തിൽ, തൊഴിലാളി സൃഷ്ടിക്കുന്ന ആകെ മൂല്യം എട്ടു മണിക്കൂർ അദ്ധ്വാനം. അവശ്യാദ്ധ്വാനം കഴിച്ചുള്ള മൂല്യം നാലുമണിക്കൂർ. ഉല്പാദനക്ഷമത ഇരട്ടിക്കുന്നു എന്നു സങ്കല്പിക്കുക. അപ്പോൾ അദ്ധ്വാനശേഷി സൃഷ്ടിക്കാനും പുനഃസൃഷ്ടിക്കാനും (അതായത് അദ്ധ്വാനശേഷിയുടെ മൂല്യം) രണ്ടു മണിക്കൂർ അദ്ധ്വാനമായി ചുരുങ്ങും. മിച്ചമൂല്യം ഇപ്പോൾ ആറുമണിക്കൂർ അദ്ധ്വാനമാണ്. 6/2x100=300 ശതമാനമാണ് മിച്ചമൂല്യത്തിന്റെ നിരക്ക്. നേരത്തെ അത്, 4/4x400=100 ശതമാനമായിരുന്നു. ഇങ്ങനെ വർദ്ധിക്കുന്ന മിച്ചമൂല്യം മൂലധനം വർദ്ധിപ്പിക്കുന്നതിന് മുതലാളിത്തത്തെ സഹായിക്കുന്നു. മൂലധനം പെരുകുന്നു. മുതലാളിത്തം വളരുന്നു.

മൂലധനവളർച്ചയ്ക്കൊപ്പം മൂലധനത്തിന്റെ കേന്ദ്രീകരണവും നടക്കും. മത്സരകമ്പോളത്തിന്റെ അടിസ്ഥാന സ്വഭാവം സ്നേഹത്തിന്റെയും വിട്ടുവീഴ്ചയുടേതുമല്ല. പോരടിക്കലിന്റെയും കഴുത്തറപ്പിന്റേതുമാണ്. പരസ്പര മത്സരത്തിൽ എല്ലാവർക്കും ജയിച്ചു മുന്നേറാനാവില്ലല്ലൊ. ദുർബ്ബലർ പരാജയപ്പെടും. കൂടുതൽ മൂലധനമുള്ളവർ ജയിച്ചു മുന്നേറും. വീണവരുടെ കമ്പോളം വിജയികൾ പിടിച്ചടക്കും. വൻകിടക്കാർ വളരും. കുത്തകളായി മാറും. ഇതാണ് സ്വതന്ത്ര മത്സരം, കുത്തക വളർച്ചയിലേക്കു മാറുന്ന രീതി.

ബഹുരാഷ്ട്ര കോർപ്പറേഷനുകൾ

കുത്തകൾ പൊതുവെ ബഹുരാഷ്ട്ര കോർപ്പറേഷനുകളായാണ് പ്രവർത്തിക്കുന്നത്. ഏറ്റവും കൂടുതൽ ബഹുരാഷ്ട്ര കോർപ്പറേഷനുകളുള്ളത് അമേരിക്കയിലാണ്. ഒടുവിലത്തെ കണക്കനുസരിച്ച് ലോകത്തെ 946 ശതകോടീശ്വരന്മാരിൽ 457 പേർ അമേരിക്കയിലാണ്. ഭൂരിപക്ഷം ബഹുരാഷ്ട്ര കോർപ്പറേഷനുകളുടെയും ആസ്ഥാനം അമേരിക്കയാണ്. നിയന്ത്രണവും നിർദ്ദേശങ്ങളും അമേരിക്കയിൽനിന്ന്. ലാഭം ചെന്നുചേ

രുന്നത് അമേരിക്കയിൽ. എന്നാൽ പല രാഷ്ട്രങ്ങളിലായി നിരവധി ശാഖകളും ഉപശാഖകളും വ്യാപിച്ചുകിടക്കുന്നു. അത്തരം കോർപ്പറേഷനുകളെയാണ് ബഹുരാഷ്ട്ര കുത്തക കോർപ്പറേഷനുകൾ എന്നു വിശേഷിപ്പിക്കുന്നത്. വാൾമാർട്ട് എന്ന പടുകൂറ്റൻ ചില്ലറ വില്പന കുത്തകയ്ക്ക് നാല്പത്തൊൻപതിലേറെ രാജ്യങ്ങളിൽ വമ്പൻ സ്റ്റോറുകളുണ്ട്. മറ്റനവധി രാജ്യങ്ങളിൽ കൂട്ടുസംരംഭങ്ങളും 198.82 ശതകോടി ഡോളറാണ് വാൾമാർട്ട് കുടുംബത്തിന്റെ ആസ്തി. ഐ ടി രംഗത്തെ വില്യം ഗേറ്റ്സ് ആണ് മറ്റൊരു ബഹുരാഷ്ട്ര കോർപ്പറേഷൻ. ജോൺസൺ ആന്റ് ജോൺസന് 60 രാജ്യങ്ങളിൽ സബ്സിഡിയറികളുണ്ട്. എല്ലാ രാജ്യങ്ങളിലും വില്പനയും.

കുത്തക മുതലാളിത്തം പ്രതിസന്ധി നിറഞ്ഞത്

വികസിത മുതലാളിത്തം അഥവാ സാമ്രാജ്യത്വം പ്രശ്നങ്ങളും പ്രതിസന്ധികളും നിറഞ്ഞതാണ്. പ്രതിസന്ധി മുതലാളിത്തത്തിന്റെ ആന്തരിക സ്വഭാവമാണ്. പ്രതിസന്ധി വിമുക്തമായ മുതലാളിത്തം എന്ന ഒന്ന് ഇല്ല. അമിതോല്പാദനം, വിലത്തകർച്ച, തൊഴിലില്ലായ്മ, ബാങ്കുകളുടെ തകർച്ച ഇവയെല്ലാം മുതലാളിത്തത്തിലെ സ്ഥിരം പ്രതിഭാസങ്ങളാണ്. ഏറ്റവും വലിയ സാമ്പത്തിക തകർച്ചയുണ്ടായത് 1930 കളിലാണ്. വൻ വ്യവസായമാന്ദ്യം എന്നാണ് അതു ചരിത്രത്തിൽ അറിയപ്പെടുന്നത്. മുതലാളിത്ത രാജ്യങ്ങളെയാകെ 1930 കളിലെ വ്യവസായ മാന്ദ്യം തകർത്തുകളഞ്ഞു. ചെറുതും വലുതുമായ നിരവധി ഉയർച്ച–താഴ്ചകൾ മുതലാളിത്ത വ്യവസ്ഥയിൽ ഉണ്ടായിട്ടുണ്ട്. ഇനിയുമുണ്ടായിക്കൊണ്ടിരിക്കും.

അമിതോല്പാദനം സാമ്രാജ്യത്വത്തിന്റെ അടിസ്ഥാന സ്വഭാവം

മുതലാളിത്തം അമിതോല്പാദനവ്യവസ്ഥയാണ്. ആവശ്യത്തിൽ കൂടുതലായിരിക്കും ഉല്പാദനം. എല്ലാ ചരക്കുകളും ആവശ്യത്തിലേറെ ഉണ്ടാക്കുന്നു എന്നല്ല. ഏതാണോ ഏറ്റവും ലാഭകരം അതായിരിക്കും കൂടുതലായി ഉണ്ടാക്കപ്പെടുക. അരിയെക്കാൾ ലാഭകരം ആയുധമാണെങ്കിൽ ആയുധങ്ങൾ കൂടുതൽ ഉല്പാദിപ്പിക്കും.മറ്റു ചരക്കുകൾക്കു ദൗർലഭ്യവുമുണ്ടാകും. ഉല്പാദനശക്തികളുടെ വളർച്ചയും ലാഭത്തിനുള്ള അടങ്ങാത്ത അത്യാഗ്രഹവും ഉല്പാദനം നിരന്തരം വർദ്ധിപ്പിക്കാൻ പ്രേരകമാവുന്നു. മുൻകൂട്ടിയുള്ള ആസൂത്രണമോ ഉല്പാദകർ തമ്മിൽ ധാരണയോ ഇല്ലല്ലോ. അങ്ങനെയുള്ള അവസ്ഥയിൽ അധിക ഉല്പാദനം സ്വാഭാവികം മാത്രം.

അധിക ഉല്പാദനം എപ്രകാരമെങ്കിലും വിറ്റഴിക്കണം. അതിനു കഴിഞ്ഞില്ലെങ്കിൽ, ചരക്കുകൾ കെട്ടിക്കിടക്കും. വില ഇടിയും. ലാഭം

കുറയും. മൂലധനനിക്ഷേപം ചുരുങ്ങും. നിക്ഷേപം ഇടിയുമ്പോൾ യന്ത്രങ്ങൾക്കും അസംസ്കൃതവസ്തുക്കൾക്കും അദ്ധ്വാനശേഷിക്കുമുള്ള ആവശ്യം ചുരുങ്ങും. അസംസ്കൃത വസ്തുക്കളും യന്ത്രങ്ങളും ഉല്പാദിപ്പിക്കുന്നവരുടെ വരുമാനം ഇടിയും. തൊഴിലില്ലായ്മ പെരുകും. വരുമാനത്തിലെ തകർച്ച വീണ്ടും ഡിമാന്റ് ചുരുക്കും; വിലകൾ വീണ്ടുമിടിയും. ഒരിക്കൽ ആരംഭിച്ച തകർച്ച കൂടുതൽ ആഴവും തീവ്രതയുമുള്ളതാകും. സാമ്രാജ്യത്വത്തിന്റെ തകർച്ച നീട്ടിവെക്കാനുള്ള (ഒഴിവാക്കാനുള്ള എന്നല്ല) മാർഗ്ഗം വിദേശ കമ്പോളം തേടുകയാണ്. അതുകൊണ്ടാണ് "അനുസ്യൂതം വിപുലപ്പെടുന്ന ഒരു കമ്പോളം കണ്ടുപിടിക്കേണ്ടതിന്റെ ആവശ്യം ബൂർഷ്വാസിയെ ഭൂമണ്ഡലമെങ്ങും ഓടിക്കുന്നു" എന്നു മാർക്സ് ശരിയായിത്തന്നെ നിരീക്ഷിച്ചത്.

ധനമൂലധനം

സാധാരണക്കാർക്കു പണം, ചരക്കുകളും സേവനങ്ങളും കൈമാറ്റം നടത്താനുള്ള മാദ്ധ്യമമാണ്. എന്നാൽ മുതലാളിത്തത്തിൽ പണം, ഉല്പാദനോപാധികളെ നിയന്ത്രിക്കാനുള്ള ഉപകരണമാണ്. പണമുണ്ടെങ്കിൽ ഭൂമിയും വ്യവസായങ്ങളും നിഷ്പ്രയാസം കൈപ്പിടിയിലൊതുക്കാം. മുതലാളിത്തം ശക്തമാവുന്നതോടെ പണം കൈകാര്യം ചെയ്യുന്ന സ്ഥാപനങ്ങളും കരുത്താർജ്ജിക്കുന്നു. ബാങ്കുകൾ തമ്മിൽ കിടമത്സരം തീവ്രമാക്കുന്നു. ബാങ്കിങ് രംഗത്തും കുത്തകകൾ രൂപം കൊള്ളുന്നു.

കുത്തക വ്യവസായങ്ങളും കുത്തകബാങ്കുകളും തമ്മിൽ ജൈവബന്ധം സ്ഥാപിക്കുന്നതിന് അതു വഴിയൊരുക്കുന്നു. കുത്തക ബാങ്കുകൾ വ്യവസായങ്ങളുടെ ഓഹരികൾ വാങ്ങി വ്യവസായ മൂലധനത്തിന്മേൽ പിടിമുറുക്കുന്നു. മറിച്ച്, കുത്തക വ്യവസായങ്ങൾ ബാങ്കുകളുടെ ഓഹരികളിൽ നിക്ഷേപിച്ച് ബാങ്കിങ് മൂലധനത്തിന്മേലും പിടിമുറുക്കുന്നു. വ്യവസായ മൂലധനവും ബാങ്കിങ് മൂലധനവും ചേർന്ന പുതിയൊരു മൂലധനം-ധനമൂലധനം അല്ലെങ്കിൽ ഫിനാൻസ് മൂലധനം (Finance Capital) രൂപം കൊള്ളുന്നു.

ധനമൂലധനവും ഓഹരി കമ്പോളവും

രണ്ടുതരം മൂലധന നിക്ഷേപമുണ്ട്. ആദ്യത്തേത് പ്രത്യക്ഷ മൂലധന നിക്ഷേപം (Foreign Direct Investment). ഉല്പാദന മേഖലയിലാണ് പ്രത്യക്ഷ മൂലധന നിക്ഷേപം നടക്കുന്നത്. കോളനിവാഴ്ചക്കാലത്ത് ഇന്ത്യയിൽ റെയിൽവെയിലും ചായത്തോട്ടങ്ങളിലും ബ്രിട്ടീഷ് മൂലധനം നിക്ഷേപിക്കപ്പെട്ടത് ഉദാഹരണം. രണ്ടാമത്തേത് ഓഹരി നിക്ഷേപം (Portfolio Investment). ലാഭം നേടുന്ന കമ്പനികളുടെ ഓഹരികൾക്ക് ആവശ്യക്കാരേറെയുണ്ടാകും. ഓഹരി വിപണിയിൽ അത്തരം ഓഹരികളുടെ വില വർദ്ധിക്കും. വില വർദ്ധിക്കുമെന്നു പ്രതീക്ഷിച്ചു വാങ്ങുക;

വില ഉയരുമ്പോൾ വിറ്റ് ലാഭമുണ്ടാക്കുക. അതാണ് ഓഹരി വിപണിയിൽ സംഭവിക്കുന്നത്. ധനമൂലധനത്തിന്റെ പ്രധാന നിക്ഷേപമേഖല ഓഹരി കമ്പോളമാണ്. ഇന്ന്, ഉല്പാദനമേഖലയിലേതിനേക്കാൾ വർദ്ധിച്ച അളവിൽ ഓഹരി വിപണിയിൽ നിക്ഷേപം നടക്കുന്നു. ആശ്രയിക്കാവുന്ന മൂലധനമല്ല അത്. കാരണം ലാഭം ചുരുങ്ങുമ്പോൾ മറ്റു രാജ്യങ്ങളിലേക്ക് നിക്ഷേപം തിരിച്ചൊഴുകും. നല്ല കാലത്ത് കൂടെ നില്ക്കുകയും ചീത്തകാലത്ത് ഉപേക്ഷിക്കുകയും ചെയ്യുന്ന വ്യാജ മിത്രത്തെ പോലെയാണത്. ഇൻവെസ്റ്റ്മെന്റ് ട്രസ്റ്റുകൾ, മ്യൂച്ചൽ ഫണ്ടുകൾ, പെൻഷൻ ഫണ്ടുകൾ, ബാങ്കുകൾ, ഇൻഷൂറൻസ് കമ്പനികൾ തുടങ്ങിയ വിദേശ നിക്ഷേപ സ്ഥാപനങ്ങൾ (Foreign Institutional Investors) മുഖേനയാണ് ഓഹരി കമ്പോളത്തിൽ ഇടപെടുന്നത്. ഓഹരികളുടെ ആവശ്യം കൂടുന്നതനുസരിച്ച് ഓഹരി വില സൂചികയും ഉയരും.

ഉയരുന്ന ഓഹരി വില സൂചിക സാമ്പത്തിക പുരോഗതിയുടെ ചിഹ്നമല്ല. രാജ്യത്ത് ദാരിദ്ര്യവും തൊഴിലില്ലായ്മയും തുടരുമ്പോഴും വൻകിട കമ്പനികളുടെ ഓഹരികൾക്ക് ആവശ്യക്കാരുണ്ടാകും. ഓഹരി സൂചിക ഉയരും.

സാമ്രാജ്യത്വത്തിന്റെ സവിശേഷതകളായി ലെനിൻ അഞ്ചുകാര്യങ്ങൾ എടുത്തുപറയുന്നു. മുൻ അദ്ധ്യായത്തിൽ അവ വിശദമാക്കിയിട്ടുണ്ട്.

മുതലാളിത്തത്തിന്റെ പുതിയതും നിർണ്ണായകവുമായ ഘടകമാണ് ധനമൂലധനം. അതിന്റെ കേന്ദ്രീകരണവും സാർവ്വദേശീയവല്ക്കരണവും ഏറ്റവും ഉയർന്ന രീതിയിൽ എത്തിച്ചേർന്നിരിക്കുന്നു. ധനമൂലധനത്തിന്റെ ഇടപെടലും വ്യാപ്തിയും വർദ്ധിച്ചിരിക്കുന്നു. ധനിക മുതലാളിത്ത രാജ്യങ്ങളിൽ ഓരോന്നിനെയും അടിസ്ഥാനമാക്കി ഒരു പ്രത്യേക "ആഗോള സാമ്പത്തിക" മേഖലയിൽ പ്രവർത്തിക്കുന്ന മൂലധനത്തെയാണ് "സാർവ്വദേശീയവല്ക്കരണം" കൊണ്ട് ലെനിൻ ഉദ്ദേശിച്ചത്. ഉദാഹരണത്തിന് ബ്രിട്ടീഷ് മൂലധനം കോളനികളിൽ പ്രവർത്തിക്കുന്നത്. അല്ലെങ്കിൽ ഫ്രഞ്ചു മൂലധനം യൂറോപ്പിൽ പ്രവർത്തിക്കുന്നത്.

എന്നാൽ ആധുനികകാലത്ത് "സാർവ്വദേശീയ മൂലധനം" ഏതെങ്കിലും ഒരു രാജ്യത്ത് കേന്ദ്രീകൃതമല്ല; ഒരു രാജ്യത്ത് ഉറവെടുക്കുന്നതല്ല; ഒരു രാജ്യത്തേക്കുമാത്രം ഒഴുകുന്നതുമല്ല. വിവിധ ദേശീയ ഉറവിടങ്ങളിൽ നിന്നാണ് സാർവ്വദേശീയ മൂലധനം ഉണ്ടാവുന്നത്. അതു ലാഭം കിട്ടുന്ന എവിടേക്കും ഒഴുകിയെത്തും. ലാഭം ചുരുങ്ങുമ്പോൾ തിരിച്ചൊഴുകും. എവിടേക്കും ഒഴുകാൻ സ്വാതന്ത്ര്യമുണ്ടെങ്കിൽ, രാജ്യങ്ങൾ തമ്മിൽ തുറന്ന സംഘട്ടനത്തിനു പ്രസക്തി കുറയുന്നു. ലെനിന്റെ കാലത്ത് അതല്ലായിരുന്നു സ്ഥിതി. ചരക്കുകൾക്കും മൂലധനത്തിനും അസംസ്കൃതവസ്തുക്കൾക്കും വിപണിതേടുന്ന രാജ്യങ്ങൾ തമ്മിൽ

യുദ്ധങ്ങൾ സർവ്വസാധാരണങ്ങളായിരുന്നു.

ചരക്കുകളുടെയും മൂലധനത്തിന്റെയും കയറ്റുമതി

ചരക്കുകൾക്കും മൂലധനത്തിനും വിപുലമായ കമ്പോളം ഉണ്ടാക്കേണ്ടത് സാമ്രാജ്യത്വത്തിന്റെ നിലനില്പിന് അത്യാവശ്യമാണ്. കമ്പോളമില്ലെങ്കിൽ തകർച്ചയാണു ഫലം എന്നു നേരത്തെ വിശദീകരിച്ചു സാമ്രാജ്യത്വ രാജ്യങ്ങൾക്കകത്ത് ഓരോന്നിലും തൊഴിലവസരങ്ങൾ വർദ്ധിക്കുകയും ജനങ്ങളുടെ വാങ്ങൽക്കഴിവ് ഉയരുകയും ചെയ്താൽ ആഭ്യന്തര കമ്പോളം വുപുലമാകും; ചരക്കുകൾ വിറ്റഴിയും, മൂലധനനിക്ഷേപം വർദ്ധിക്കും. എന്നാൽ ആധുനിക മുതലാളിത്തം കാഴ്ചവെയ്ക്കുന്നത് വിപരീത ചിത്രമാണ്. ദേശീയ വരുമാനം വർദ്ധിക്കുന്നു, തൊഴിലവസരങ്ങൾ ചുരുങ്ങുന്നു. തൊഴിൽരഹിത വളർച്ച. അതാണ് യഥാർത്ഥ സ്ഥിതി. ചരക്കുകളുടെയും മൂലധനത്തിന്റെയും കയറ്റുമതിയല്ലാതെ സാമ്രാജ്യത്വത്തിനു മുന്നിൽ മറ്റു മാർഗ്ഗങ്ങളില്ല.

ഒരു കാലത്ത് കോളനികൾ ചരക്കുകൾക്കു വിപണിയായും അസംസ്കൃത വസ്തുക്കളുടെ സ്രോതസ്സായും വർത്തിച്ചു. എന്നാൽ രണ്ടാം ലോകമഹായുദ്ധത്തിനുശേഷം സ്ഥിതിഗതികൾ മാറി. സോവിയറ്റ് വിപ്ലവവും സോഷ്യലിസത്തിന്റെ മുന്നേറ്റവും ലോകമെമ്പാടുമുള്ള സ്വാതന്ത്ര്യ സമരപ്രസ്ഥാനങ്ങൾക്ക് ആവേശം പകർന്നു. കോളനികൾ ഒന്നൊന്നായി സ്വാതന്ത്ര്യം നേടി. 1919 ൽ ആകെ ഭൂവിസ്തൃതിയുടെ 72 ശതമാനം കോളനികളായിരുന്നു. 1982 ൽ 0.7 ശതമാനമായി കുറഞ്ഞു. ജനസംഖ്യയുടെ 70 ശതമാനം കോളനി രാജ്യങ്ങളിലായിരുന്നു. അത് 0.3 ശതമാനമായി ചുരുങ്ങി. ചരക്കു വില്പനയ്ക്കും മൂലധന നിക്ഷേപത്തിനും അസംസ്കൃത വിഭവങ്ങൾക്കും കോളനികൾ ലഭ്യമല്ലാതായി.

സ്വാതന്ത്ര്യം കൈവന്ന രാജ്യങ്ങൾ സ്വന്തമായ വികസനപാത സ്വീകരിച്ചു. അവയിൽ പലതും സ്വയം പര്യാപ്തത ലക്ഷ്യമിട്ടു. ഇറക്കുമതിയും വിദേശ മൂലധനവും നിയന്ത്രിച്ചു. പൊതുമേഖലയെ ശക്തിപ്പെടുത്തി. സാമ്പത്തികാസൂത്രണം സ്വീകരിച്ചു. സ്വകാര്യ മേഖലയെ ശക്തിപ്പെടുത്താനുതകുന്ന ബജറ്റ്–പൊതു സാമ്പത്തിക നയങ്ങൾ നടപ്പാക്കി.

മേൽപറഞ്ഞ നയസമീപനങ്ങളുടെ ഫലമായി പല വികസ്വര രാജ്യങ്ങളും, പരിമിതമായാണെങ്കിലും, സാമ്പത്തികമായി മുന്നേറാൻ തുടങ്ങി. പല ചരക്കുകളും കയറ്റുമതി ചെയ്യാനും തുടങ്ങി. ലോകകമ്പോളത്തിൽ സാമ്രാജ്യത്വം മത്സരം നേരിട്ടു.

ശാസ്ത്ര–സാങ്കേതികരംഗത്തും വികസ്വര രാജ്യങ്ങളിൽ ചിലവ പുരോഗതി നേടി. സ്വന്തമായ ശാസ്ത്ര–സാങ്കേതിക വിദ്യകൾ വികസിപ്പിച്ചു. കണ്ടുപിടുത്തങ്ങൾക്കു പേറ്റന്റുകൾ കരസ്ഥമാക്കി.

ചരക്കുകയറ്റുമതിക്കുള്ള സാദ്ധ്യത മങ്ങിയപ്പോൾ സേവനരംഗത്തു

ശ്രദ്ധയൂന്നിയാണ് സാമ്രാജ്യത്വം പ്രതികരിച്ചത്. കപ്പൽ–വ്യോമഗതാഗതം, ബാങ്കിംഗ്, ഇൻഷുറൻസ്, വിവരസാങ്കേതിക വിദ്യകൾ, വിദ്യാഭ്യാസം തുടങ്ങിയ സേവനങ്ങളുടെ ഉല്പാദനവും വിതരണവും മുഖ്യ പ്രവർത്തനങ്ങളായി മാറി. 1950–ൽ ലോകവ്യാപാരത്തിൽ കാർഷിക മേഖലയുടെ പങ്ക് 46 ശതമാനമായിരുന്നു. 1986 ൽ അത് 13 ശതമാനമായി ചുരുങ്ങി.

സാമ്രാജ്യത്വത്തിന്റെ അജണ്ട

മാറിയ ലോകപരിത:സ്ഥിതിയിൽ വ്യക്തമായ അജണ്ടയുമായാണ് സാമ്രാജ്യത്വം നീങ്ങുന്നത്.

1) ചരക്കുകയറ്റുമതിയിന്മേലുള്ള എല്ലാ തടസ്സങ്ങളും തട്ടിനീക്കുക.
2) മൂലധനത്തിന്റെ പ്രവേശനവും തിരിച്ചൊഴുക്കും സുഗമമാക്കുക.
3) സേവനവ്യാപാരത്തിനുമുന്നിലെ തടസ്സങ്ങൾ ഒഴിവാക്കുക
4) വികസ്വര രാജ്യങ്ങളിലെ പേറ്റന്റ് നിയമം ദുർബ്ബലപ്പെടുത്തുക.
5) പൊതുമേഖലയും സാമ്പത്തികാസൂത്രണവും ദുർബ്ബലമാക്കിയും സ്വയംപര്യാപ്തത അപകടത്തിലാക്കിയും വികസ്വര രാജ്യങ്ങളെ ആശ്രിതരാജ്യങ്ങളാക്കുക.
6) അസംസ്കൃത വസ്തുക്കളുടെ വിലയിടിക്കുക.
7) സാമ്പത്തികവും രാഷ്ട്രീയവും സാംസ്കാരികവുമായ രംഗങ്ങളിൽ സാമ്രാജ്യത്വ അധിനിവേശം ശക്തിപ്പെടുത്തുക.

ലക്ഷ്യം കൈവരിക്കാൻ സാമ്രാജ്യത്വം ഏതുമാർഗ്ഗവും കൈക്കൊള്ളും. ഉപദേശം, ഉപരോധം, അതുമല്ലെങ്കിൽ രാജ്യത്തിനകത്തെ വിദ്ധ്വംസക ശക്തികളെ സ്വാധീനിച്ച് ആഭ്യന്തര കലാപം, പട്ടാള ഇടപെടൽ–അങ്ങനെ അധിനിവേശ ആയുധങ്ങൾ അനവധിയാണ്. പക്ഷേ, അവയെല്ലാം ദേശീയവും അന്തർദ്ദേശീയവുമായ എതിർപ്പുകൾ ക്ഷണിച്ചുവരുത്തും. പോംവഴി പരോക്ഷമായ അധിനിവേശമാണ്; അധിനിവേശ ശ്രമങ്ങളെ നിയമാനുസൃതമാക്കുകയാണ്. അതാണു സാമ്രാജ്യത്വം കൃത്യമായി ചെയ്തുകൊണ്ടിരിക്കുന്നത്.

ആഗോളവല്ക്കരണം

ചരക്കുകളും സേവനങ്ങളും ആദായകരമായി വില്ക്കണം. ലാഭകരമായി മൂലധനം നിക്ഷേപിക്കണം. അതിന്, തടസ്സങ്ങളില്ലാത്ത ഒരു ലോക കമ്പോളമാണ് സാമ്രാജ്യത്വം ആഗ്രഹിക്കുന്നത്. രാജ്യങ്ങൾ തമ്മിൽ ഭൂമിശാസ്ത്രപരവും ഭരണപരവുമായ അതിർവരമ്പുകൾ ഒഴിവാക്കി, ചരക്കുകളും മൂലധനവും യഥേഷ്ടം പ്രവേശിക്കുകയും തിരിച്ചുപോകുകയും ചെയ്യുന്ന ഒരു കമ്പോളക്രമം സൃഷ്ടിക്കുന്നതിനെയാണ് ആഗോളവല്ക്കരണം എന്നു വിശേഷിപ്പിക്കുന്നത്. സ്വയം സൃഷ്ടിച്ച പ്രതിസന്ധിയിൽനിന്നു രക്ഷപ്പെടാനുള്ള വികസിത മുതലാളിത്തത്തിന്റെ ശ്രമമാണത്. സാമ്രാജ്യത്വത്തിന്റെ ആധുനിക മുഖമാണ് ആഗോളവല്ക്ക

രണം.

ആഗോളവല്ക്കരണത്തിന്റെ നിയമങ്ങളും നിബന്ധനകളും മെനഞ്ഞത് ഐക്യരാഷ്ട്രസഭയല്ല; മൂന്നാം ലോകരാജ്യങ്ങളല്ല, സാമ്രാജ്യത്വമാണ്. കടക്കെണിയിൽ അകപ്പെട്ട വികസ്വര രാജ്യങ്ങളുടെ മേൽ അന്താരാഷ്ട്ര ധനകാര്യ സ്ഥാപനങ്ങളെ ഉപയോഗിച്ച് ആഗോളവല്ക്കരണനിബന്ധനകൾക്കു കീഴടക്കുകയാണ് സാമ്രാജ്യത്വ തന്ത്രം.

അന്താരാഷ്ട്ര സ്ഥാപനങ്ങൾ അമേരിക്കൻ ചട്ടുകങ്ങൾ

ഐ എം എഫും ലോകബാങ്കും ഡബ്ല്യൂ ടി ഒയും പേരിൽ മാത്രമാണ് അന്താരാഷ്ട്ര സ്ഥാപനങ്ങൾ. പ്രയോഗത്തിൽ അവ സാമ്രാജ്യത്വത്തിന്റെ ഉപകരണങ്ങളാണ്. മുതലാളിത്ത സ്ഥാപനങ്ങളാണ്.

ഐ എം എഫിൽ 185 രാജ്യങ്ങൾ അംഗങ്ങളാണ്. ദേശീയ വരുമാനമനുസരിച്ചാണ് അംഗരാജ്യങ്ങളുടെ ക്വാട്ട അനുസരിച്ചാണ് വോട്ടവകാശം. സ്വാഭാവികമായും സമ്പന്ന മുതലാളിത്ത രാജ്യങ്ങൾക്കാണ് കൂടുതൽ വോട്ടവകാശം. 24 അംഗ എക്സിക്യൂട്ടീവ് ബോർഡിൽ നയപരവും ഭരണപരവുമായ തീരുമാനങ്ങൾ കൈക്കൊള്ളുന്നത് മുതലാളിത്ത രാജ്യങ്ങളാണ്. ഐ എം എഫിലെ ആകെ വോട്ടിൽ 70.86 ശതമാനം 20 സമ്പന്ന മുതലാളിത്ത രാജ്യങ്ങളുടെയാണ്. അമേരിക്കയ്ക്കുമാത്രമായി 17.09 ശതമാനം വോട്ടുണ്ട്. 165 രാജ്യങ്ങൾ കൈവശം വയ്ക്കുന്നത് 29.14 ശതമാനം വോട്ടുമാത്രം. സാമ്രാജ്യത്വം അറിയാതെ ഐ എം എഫിൽ കടലാസു കഷണംപോലും പറക്കില്ല.

185 അംഗരാജ്യങ്ങളുള്ള ലോകബാങ്കിന്റെ ഭരണചുമതല 24 അംഗ എക്സിക്യൂട്ടീവ് ബോർഡിനാണ്. ലോകബാങ്ക് പ്രസിഡന്റിനെ 17 ശതമാനം വോട്ടവകാശമുള്ള അമേരിക്കൻ പ്രസിഡന്റ് നോമിനേറ്റ് ചെയ്യും. അമേരിക്കയ്ക്ക് വീറ്റോ അധികാരമുണ്ട്. ഏതുമാറ്റം വരുത്തുന്നതിനും 85 ശതമാനം വോട്ട് വേണമെന്നു നിബന്ധന ചെയ്യപ്പെട്ടിരിക്കുന്നു.

151 അംഗ ഡബ്ല്യൂ ടി ഒയുടെ ചർച്ചകളും തീരുമാനങ്ങളും നിയന്ത്രിക്കുന്നതും സാമ്രാജ്യത്വം തന്നെ. വികസ്വര രാജ്യങ്ങളുടെ കൈകൾ, ഒറ്റയ്ക്കോ കൂട്ടായോ, പിടിച്ചുഞെരിച്ച് തങ്ങളുടെ ഇച്ഛയ്ക്കു കീഴിൽകൊണ്ടു വരികയാണ് ഡബ്ല്യൂ ടി ഒ ചർച്ചകളിൽ അനുവർത്തിക്കുന്ന രീതി.

1944–ൽ നിലവിൽവന്നതാണ് ഐ എം എഫും ലോകബാങ്കും. ഡബ്ല്യൂ ടി ഒയുടെ മുൻരൂപമായ ഗാട്ട് 1947–ൽ നിലവിൽവന്നു. 1995 ൽ ഡബ്ല്യൂ ടി ഒ ആയി മാറി.

അംഗരാജ്യങ്ങളുടെ ഇറക്കുമതി കയറ്റുമതിയേക്കാൾ കൂടുമ്പോൾ, അധിക ബാദ്ധ്യത നിറവേറ്റാൻ ആവശ്യമായ വിദേശ കറൻസികൾ ലഭ്യമാക്കുക, കറൻസികൾ തമ്മിലെ കൈമാറ്റനിരക്കിൽ സുസ്ഥിരത ഉണ്ടാക്കുക, രാജ്യങ്ങൾ തമ്മിൽ നടക്കുന്ന പണമിടപാടുകളിൽ സഹായിക്കു

ക–ഇവയായിരുന്നു ഐ എം എഫിന്റെ സ്ഥാപന ലക്ഷ്യം. വ്യവസ്ഥകൾ അടിച്ചേല്പിച്ചു വായ്പ നല്കുക ലക്ഷ്യമായിരുന്നില്ല. പക്ഷേ, പിന്നീട് അതും ലക്ഷ്യമായി അംഗീകരിക്കപ്പെട്ടു. സാമ്രാജ്യത്വത്തിനു വേണ്ടിയാണ് ആ മാറ്റം വരുത്തിയത്.

വിശേഷിച്ച് രണ്ടാം ലോകമഹായുദ്ധത്തിൽ തകർന്ന രാജ്യങ്ങളുടെ സമ്പദ് വ്യവസ്ഥകൾ പുന:സംഘടിപ്പിക്കുന്നതിനും വികസനത്തിനും കുറഞ്ഞ പലിശയ്ക്ക് വായ്പ ലഭ്യമാക്കുകയും വികസന പ്രോജക്റ്റുകളെ സാമ്പത്തികമായി സഹായിക്കുകയുമായിരുന്നു ലോകബാങ്കിന്റെ സ്ഥാപനലക്ഷ്യം. ഘടനാപരമായ പരിഷ്കാരങ്ങൾ കൂടി പില്ക്കാലത്ത് ലോകബാങ്ക് ലക്ഷ്യമായി സ്വീകരിക്കപ്പെട്ടു.

ചരക്കുകളുടെ വ്യാപാരം പ്രോത്സാഹിപ്പിക്കലായിരന്നു ഗാട്ടിന്റെ ലക്ഷ്യം. സേവന വ്യാപാരം ഗാട്ടിന്റെ പരിധിയിൽ ഇല്ലായിരുന്നു. മൂലധന നിക്ഷേപവും ഗാട്ടിന്റെ ലക്ഷ്യമായിരുന്നില്ല. എന്നാൽ 1986–ൽ ഉറുഗ്വേയിൽ ആരംഭിച്ച എട്ടാം റൗണ്ട് ചർച്ചയോടെ സേവനവും മൂലധന വ്യാപാരവും ഗാട്ട് ലക്ഷ്യങ്ങളിൽ ഇടം കൊടുക്കുന്നതിൽ സാമ്രാജ്യത്വം വിജയിച്ചു.

അന്താരാഷ്ട്ര ധനകാര്യസ്ഥാപനങ്ങൾ സാമ്രാജ്യത്വത്തിന്റെ താല്പര്യങ്ങൾ സംരക്ഷിക്കാനുള്ള ചട്ടുകങ്ങളാണെന്ന പ്രസ്താവനയിൽ ഒട്ടും അതിശയോക്തിയില്ല.

സാമ്രാജ്യത്വ അജണ്ട അത്ര എളുപ്പത്തിൽ സാദ്ധ്യമാവുമായിരുന്ന കാര്യങ്ങളല്ല. എന്നാൽ ആഭ്യന്തരവും വൈദേശികവുമായ രണ്ട് അനുകൂലഘടകങ്ങൾ സാമ്രാജ്യത്വത്തിന്റെ വഴി സുഗമമാക്കി. ആദ്യത്തേത് സോവിയറ്റ് സോഷ്യലിസ്റ്റ് വ്യവസ്ഥയുടെ പതനം. അതോടെ മൂന്നാം ലോകരാജ്യങ്ങൾക്ക് ആശ്രയിക്കാവുന്ന മിത്രം നഷ്ടമായി. ലോകശാക്തികബലാബലം സാമ്രാജ്യത്വത്തിനു അനുകൂലമായി മാറി. സാമ്രാജ്യത്വം മേല്ക്കൈനേടി. താത്പര്യങ്ങൾ അടിച്ചേല്പിക്കുക ഏറെ എളുപ്പമായി. രണ്ടാമത്തേത്, മൂന്നാം ലോകരാജ്യങ്ങളിലെ ഭരണകൂടങ്ങൾ പ്രതിനിധീകരിച്ച വർഗ്ഗ താല്പര്യങ്ങളാണ്. മുതലാളിത്ത–ഫ്യൂഡൽ താല്പര്യങ്ങളെ പരിപോഷിപ്പിക്കുന്ന ഭരണകൂടങ്ങളാണ് മിക്ക മൂന്നാം ലോകരാജ്യങ്ങളിലും നിലവിൽ വന്നത്. അത് സാമ്രാജ്യത്വവും മൂന്നാം ലോകരാജ്യങ്ങളും തമ്മിലെ ആശയ വിനിമയവും പരസ്പരബന്ധവും സുഗമമാക്കി. സാമ്രാജ്യത്വവുമായുള്ള വർദ്ധിച്ച ബന്ധം തങ്ങളുടെ താല്പര്യങ്ങൾ സംരക്ഷിക്കുമെന്ന് മുതലാളിത്ത ഭരണകൂടങ്ങൾ കരുതുന്നു. അതാകട്ടെ, സാമ്രാജ്യത്വത്തിനെതിരായ പ്രതിരോധം വളരുമ്പോഴും അധിനിവേശത്തെ സ്വാഗതം ചെയ്യുന്ന വലിയൊരു വിഭാഗത്തെ സൃഷ്ടിക്കുകയും ചെയ്തു. വാർത്താവിനിമയരംഗത്തുണ്ടായ അത്ഭുതാവഹമായ വികാസം ലോകകമ്പോളം കീഴടക്കാൻ ധനമൂലധനത്തെ പതിന്മടങ്ങു പ്രാപ്തമാക്കി.

ആഗോളവല്ക്കരണം ജനസമൂഹങ്ങളുടെ ജീവിതം അങ്ങേയറ്റം ദുസ്സഹമാക്കിയിരിക്കുന്നു. ന്യൂനപക്ഷത്തിനു ലഭ്യമാകുന്ന ആഡംബര വസ്തുക്കളുടെ അടിസ്ഥാനത്തിലല്ല ആഗോളവല്ക്കരണത്തിന്റെ ഫലം വിലയിരുത്തേണ്ടത്. മറിച്ച് അത് സാധാരണക്കാരുടെ ജീവിതത്തിൽ ഉണ്ടാകുന്ന പ്രശ്നങ്ങൾ. രാജ്യത്തിന്റെ പരമാധികാരത്തിനും സ്വാതന്ത്ര്യത്തിനും നേരെ ഉയർത്തുന്ന ഭീഷണി, പരിസ്ഥിതിക്ക് ഏല്പിക്കുന്ന പ്രശ്നങ്ങൾ എന്നിവയുടെ അടിസ്ഥാനത്തിലാണ്. ഏതായാലും ആഗോളവല്ക്കരണത്തിന്റെ ഭവിഷ്യത്തുകൾ സംബന്ധിച്ച തിരിച്ചറിവ് ലോകമെങ്ങും വ്യാപിക്കുകയാണ്. പ്രതിരോധങ്ങളും വളർന്നുവരുകയാണ്.

7

മാർക്സിസം ശാസ്ത്രീയ അടിത്തറയുള്ള സിദ്ധാന്തം

ലോകത്തെങ്ങുമുള്ള ഏറ്റവുമധികം ഭാഷകളിലേക്ക് വിവർത്തനം ചെയ്യപ്പെടുകയും ഏറ്റവുമധികം ആളുകൾ വായിക്കുകയും ചെയ്ത കൃതിയാണ് മാർക്സും എംഗൽസും ചേർന്ന് എഴുതിയ *കമ്യൂണിസ്റ്റ് മാനിഫെസ്റ്റോ.* കമ്യൂണിസ്റ്റ് പ്രസ്ഥാനത്തിന്റെ ആദ്യത്തെ നയപ്രഖ്യാപനരേഖയായിരുന്നു അത്. മാർക്സും എംഗൽസും അംഗങ്ങളായിരുന്ന 'കമ്യൂണിസ്റ്റ് ലീഗ്' എന്ന സംഘടനയുടെ ലണ്ടനിൽ ചേർന്ന ഒന്നാം കോൺഗ്രസാണ് *സർവ്വരാജ്യതൊഴിലാളികളേ സംഘടിക്കുവിൻ* എന്ന മുദ്രാവാക്യം ആദ്യമായി ഉയർത്തിയത്. സാർവ്വദേശീയ തൊഴിലാളി പ്രസ്ഥാനത്തിന്റെ സമര കാഹളമായിത്തീർന്നു ആ മുദ്രാവാക്യം. 1847-ൽ ചേർന്ന രണ്ടാം കോൺഗ്രസിൽ ജർമ്മനി, സ്വിറ്റ്സർലന്റ്, ഫ്രാൻസ്, ബെൽജിയം, ഇംഗ്ലണ്ട്, പോളണ്ട് തുടങ്ങിയ രാജ്യങ്ങളിൽ നിന്നുള്ള പ്രതിനിധികൾ പങ്കെടുത്തു. കോൺഗ്രസ് അംഗീകരിച്ച കമ്യൂണിസ്റ്റ് ലീഗിന്റെ നിയമാവലിയിൽ അതിന്റെ ലക്ഷ്യം ഇങ്ങനെ പ്രഖ്യാപിച്ചു; *ബൂർഷ്വാസിയെ നിഷ്കാസനം ചെയ്ത് തൊഴിലാളിവർഗ്ഗഭരണം സ്ഥാപിക്കുക, വർഗ്ഗവൈരത്തിൽ അധിഷ്ഠിതമായ ബൂർഷ്വാ സമൂഹത്തെ തകർത്ത് വർഗ്ഗങ്ങളോ സ്വകാര്യസ്വത്തുടമസ്ഥതയോ ഇല്ലാത്ത പുതിയൊരു സമൂഹം സ്ഥാപിക്കുക.* കമ്യൂണിസ്റ്റുകാരുടെ പരിപാടി വ്യക്തമാക്കിക്കൊണ്ടുള്ള രേഖ ലോക സമക്ഷം മാർക്സും എംഗൽസും ചേർന്ന് 1848-ൽ അവതരിപ്പിച്ചു. അതാണ് *മാനിഫെസ്റ്റോ ഓഫ് ദി കമ്യൂണിസ്റ്റ് പാർട്ടി.*

മാർക്സിന്റെ പ്രശസ്ത കൃതിയായ *മൂലധന*ത്തിന്റെ ആദ്യ വോള്യം 1867-ൽ പുറത്തു വന്നു. മാർക്സിന്റെ മരണത്തെതുടർന്ന്

അദ്ദേഹം തയ്യാറാക്കിവെച്ച വിശദമായ കുറിപ്പുകൾ ഉപയോഗിച്ചാണ് എംഗൽസ് *മൂലധന*ത്തിന്റെ രണ്ടും മൂന്നും വാല്യങ്ങൾ പിന്നീട് പുറത്തിറക്കിയത്. മുതലാളിത്തത്തിന്റെ വളർച്ചയുടെയും അനിവാര്യമായ തകർച്ചയുടെയും നിയമങ്ങൾ വിശദമാക്കുന്നതാണ് *മൂലധനം.*

ഇവ രണ്ടും മാത്രമല്ല മാർക്സിന്റെയും എംഗൽസിന്റെയും സംഭാവനകൾ. ഒറ്റയ്ക്കും കൂട്ടായും നല്കിയ സംഭാവനകൾ നിരവധിയാണ്. *ഇംഗ്ലണ്ടിലെ തൊഴിലാളികളുടെ സ്ഥിതി* (1844), *അർത്ഥശാസ്ത്രവിമർശനത്തിന് ഒരു സംഭാവന* (1859), *ജർമ്മൻ തത്ത്വശാസ്ത്രം* (1846), *തിരുകുടുംബം* (1845), *തത്ത്വശാസ്ത്രത്തിന്റെ ദാരിദ്ര്യം* (1847), *ഗോഥാപ്രോഗ്രാം ഒരു വിമർശനം* (1850), *ഫ്രാൻസിലെ വർഗ്ഗ സമരങ്ങൾ* (1871), *ഡ്യൂറിങ്ങിനെതിരെ* (1876), *കുടുംബം, സ്വകാര്യസ്വത്ത്, ഭരണകൂടം, പ്രകൃതിയുടെ വൈരുദ്ധ്യാത്മകത, കൂലി, വില, ലാഭം, ലൂയി ബോണപാർട്ടിന്റെ ബ്രൂമെയർ പതിനെട്ട്* തുടങ്ങിയവ ചിലത് മാത്രമാണ്.

അവഗണന; വിമർശനം

ഏറ്റവും രസകരമായ വസ്തുത, ലോക ചരിത്രത്തിൽ നിർണ്ണായക സ്വാധീനം ചെലുത്തിയ മാർക്സിയൻ സിദ്ധാന്തങ്ങളെ, ബൂർഷ്വാ പണ്ഡിതന്മാർ 'ശ്മശാനമൂകത'യോടെയാണ് സ്വീകരിച്ചത് എന്നുള്ളതാണ്. ഇങ്ങനെ ചില കൃതികളോ സിദ്ധാന്തങ്ങളോ ഉണ്ടെന്നുപോലും അവർ ഭാവിച്ചില്ല. പൂർണ്ണമായും 'തമസ്കരിച്ചു' എന്നർത്ഥം. അസഹിഷ്ണുതയുടെയും വൈരത്തിന്റെയും പ്രകടനമായിരുന്നു അത്. പക്ഷേ, അധികകാലം ഈ നിശ്ശബ്ദത തുടരാനവർക്ക് കഴിഞ്ഞില്ല. വായ്തുറക്കേണ്ടിവന്നു. പേന ചലിപ്പിക്കേണ്ടിയുംവന്നു. കാരണം കുടൂതൽപേർ മാർക്സിയൻ കൃതികൾ വായിക്കുവാനും കൂടുതൽപേർ വിപ്ലവപ്രസ്ഥാനങ്ങളിൽ വിശ്വസിക്കുവാനും പ്രവർത്തിക്കുവാനും തുടങ്ങിക്കഴിഞ്ഞിരുന്നു. നിശ്ശബ്ദത വിലപ്പോവില്ലെന്നു പണ്ഡിതന്മാർ തിരിച്ചറിഞ്ഞു. അതുകൊണ്ടവർ വിമർശനത്തിന്റെ വഴി സ്വീകരിച്ചു. വിമർശിച്ച് മാർക്സിയൻ സിദ്ധാന്തങ്ങളെ തകർക്കാമെന്നവർ ആത്മാർത്ഥമായി വിശ്വസിക്കുകയും ചെയ്തു. മാർക്സിസം അപ്രസക്തവും അപ്രായോഗികവുമാണെന്ന് പണ്ഡിതർ വിധിയെഴുതി. മാർക്സിസം തെറ്റാണെന്ന് തെളിയിക്കാൻ ഭഗീരഥ ശ്രമങ്ങൾ തുടർന്നു. വിമർശനത്തോടൊപ്പം മുതലാളിത്തം എങ്ങനെ പ്രവർത്തിക്കുന്നു എന്നു വിശദീകരിക്കാൻ ആത്മാർത്ഥമായ ശ്രമങ്ങളും നടത്തി.

വിമർശനവും വിശദീകരണവും തുടരവെതന്നെ മുതലാളിത്തം ഒന്നിനൊന്നു കടുത്ത പ്രതിസന്ധിയിലേക്കു നീങ്ങാനും തുടങ്ങി. അതേസമയം ജനങ്ങളാകട്ടെ മാർക്സിസത്തിൽ വിശ്വസിക്കാനും വിപ്ലവപ്രവർത്തനങ്ങളിൽ കൂടുതൽ ഏർപ്പെടാനും ആരംഭിച്ചു. സോവിയറ്റ് യൂണിയൻ, കിഴക്കൻ യൂറോപ്യൻ രാജ്യങ്ങൾ, ചൈന, വിയത്നാം, ക്യൂബ എന്നിവയുടെ ഉദയവും വളർച്ചയും വിമർശകരുടെ വായടയ്ക്കുന്നതായി.

പുതിയ വിമർശനങ്ങൾ

സോവിയറ്റ് യൂണിയന്റെ തകർച്ചയോടെ വിമർശകർ സജീവമായി. പുതിയൊരു ശൗര്യം അവർക്കു കൈവന്നു. പഴയവാദങ്ങൾ അവർ തേച്ചുമിനുക്കി പ്രയോഗിക്കാൻ തുടങ്ങി. മൂലധനത്തെയും മുതലാളിത്തത്തെയും അവർ പിന്തുണയ്ക്കുന്നു. എന്നാൽ ഏറ്റെടുത്ത ലക്ഷ്യത്തെക്കുറിച്ചു പരസ്യമായ പ്രഖ്യാപനം നടത്താൻ ധൈര്യപ്പെടുന്നില്ല. മാർക്സ് അങ്ങനെ ആയിരുന്നില്ല. നാളതുവരെയുള്ള തത്ത്വശാസ്ത്രകാരന്മാർ സമൂഹത്തെ വ്യത്യസ്ത രീതിയിൽ വ്യാഖ്യാനിക്കുക മാത്രമാണ് ചെയ്തതെന്നും, ആവശ്യമായിട്ടുള്ളത് ആ വ്യവസ്ഥയെ മാറ്റുകയാണെന്നും മാർക്സ് പ്രഖ്യാപിച്ചു. മുതലാളിത്തത്തെ നില നിർത്തുകയാണ് തങ്ങൾ ഏറ്റെടുത്തിട്ടുള്ള കർത്തവ്യമെന്ന് ബൂർഷ്വാ പണ്ഡിതർ തുറന്നു പറയുന്നില്ല.

മുതലാളിത്തം ശാശ്വതവ്യവസ്ഥയാണെന്നും സോഷ്യലിസത്തെക്കുറിച്ചുള്ള പ്രത്യയശാസ്ത്ര ചിന്തകൾക്ക് പ്രസക്തിയില്ലെന്നുമാണ് പുതിയവാദം. വർഗ്ഗസമരത്തിന്റെയും വിപ്ലവത്തിന്റെയും തൊഴിലാളി വർഗ്ഗസർവ്വാധിപത്യത്തിന്റെയുംകാലം കഴിഞ്ഞെന്നും, വർഗ്ഗസഹകരണത്തിന്റെ നാളുകളാണിനി എന്നുമാണ് പ്രചാരണം.

സോഷ്യലിസ്റ്റു നിർമ്മാണത്തിന്റെ പ്രശ്നങ്ങളും മാർക്സിസത്തിന്റെ സൈദ്ധാന്തിക നിലപാടുകളും തമ്മിൽ കൂട്ടിക്കുഴയ്ക്കാൻ പാടില്ല. ആദ്യത്തേതിലെ വീഴ്ചകളെ രണ്ടാമത്തേതിന്റെ ദൗർബല്യങ്ങളായി കാണാനും പാടില്ല. ഒരിക്കൽ സോഷ്യലിസം സ്ഥാപിതമായിക്കഴിഞ്ഞാൽ എല്ലാം ഒരു നേർരേഖയിലെന്നപോലെ പ്രശ്നരഹിതമായി മുന്നോട്ടു പോകുമെന്ന ധാരണ ശരിയല്ല. കമ്യൂണിസമാണ് അന്തിമലക്ഷ്യം. മുതലാളിത്തത്തിനും കമ്യൂണിസത്തിനും ഇടയ്ക്കുള്ള ഘട്ടമാണ് സോഷ്യലിസം. വർഗ്ഗവൈരുദ്ധ്യങ്ങൾ ഇല്ലാത്ത ഘട്ടമല്ല സോഷ്യലിസം. വൈരുദ്ധ്യങ്ങൾ പരമാവധി കുറയ്ക്കാൻ ശ്രമിക്കുന്ന ഘട്ടമാണ്. മുതലാളിത്ത ബന്ധങ്ങളുടെയും മുതലാളിത്ത ആശയങ്ങളുടെയും സാന്നിദ്ധ്യം സോഷ്യലിസത്തിൽ ഉണ്ടാകും എന്ന് മാർക്സ് ചൂണ്ടിക്കാണിച്ചിട്ടുണ്ട്. നയപരവും പ്രായോഗികവുമായ നടപടികളിലൂടെ ഈ ആശയങ്ങളെയും ബന്ധങ്ങളെയും അടിച്ചമർത്താൻ കഴിയണം. ഇതിൽ പരാജയപ്പെട്ടാൽ സോഷ്യലിസ്റ്റ് വ്യവസ്ഥ അസ്ഥിരപ്പെടും.

സോഷ്യലിസ്റ്റ് ഭരണം തൊഴിലാളി വർഗ്ഗത്തിനും പാർട്ടിക്കും വേണ്ടിയല്ല, ബഹുജനങ്ങൾക്കുവേണ്ടിയാണ് നടത്തേണ്ടത്. തൊഴിലാളിവർഗ്ഗസർവ്വാധിപത്യമെന്നാൽ അർത്ഥം തൊഴിലാളികളുടെ സർവ്വാധിപത്യമെന്നല്ല. പാർട്ടിയുടെ സർവ്വാധിപത്യമെന്നുമല്ല. പാർട്ടിനേതൃത്വത്തിന്റെ സർവ്വാധിപത്യമെന്നുമല്ല. അങ്ങനെ ആയിത്തീർന്നാൽ ജനങ്ങളുടെ അംഗീകാരവും പങ്കാളിത്തവും ഗവൺമെന്റിന് ഇല്ലാതാകും. അതുപോലെ പൊതുജനങ്ങളുടെ അഭിനിവേശങ്ങളും പാർട്ടി നേതൃത്വത്തിന്റെ തീരുമാനങ്ങളും തമ്മിൽ ഉണ്ടാകുന്ന വൈരുദ്ധ്യം, വ്യവസ്ഥ

യുടെ തന്നെ തകർച്ചയ്ക്കു വഴിയൊരുക്കുമെന്ന് സോവിയറ്റ് യൂണിയന്റെ അനുഭവം സാക്ഷ്യപ്പെടുത്തുന്നു. പാർട്ടി അംഗങ്ങൾക്ക് സ്വതന്ത്രവും നിർഭയവുമായി പാർട്ടിക്കകത്ത് അഭിപ്രായ പ്രകടനം നടത്താനുള്ള സ്വാതന്ത്ര്യം അനുപേക്ഷണീയമാണ്. ഉൾപ്പാർട്ടി ജനാധിപത്യത്തിലൂടെ മാത്രമെ പാർട്ടിനയങ്ങളുടെ രൂപീകരണത്തിലും നിർവ്വഹണത്തിലും ഒരുപോലെ അംഗങ്ങളുടെ പങ്കാളിത്തം ഉറപ്പാക്കാനാകൂ. ഉല്പാദനോപാധികളുടെ പൊതു ഉടമസ്ഥതയും സാമ്പത്തികാസൂത്രണവും കൈവരുത്തിയ വമ്പിച്ച വളർച്ചയ്ക്കൊപ്പം സാമ്പത്തിക മാനേജ്മെന്റിലും അനുയോജ്യമായ മാറ്റങ്ങൾ അനിവാര്യമാണ്. അതേപോലെ പ്രധാനമാണ് മാർക്സിയൻ സിദ്ധാന്തങ്ങളിലും കമ്യൂണിസത്തിലുമുള്ള ജനങ്ങളുടെ ബോധനിലവാരം വളർത്തിക്കൊണ്ടു വരേണ്ടത്. അതിന്റെ അഭാവത്തിൽ മുതലാളിത്ത ബോധം ഇരട്ടി ശക്തിയോടെ അതിക്രമിച്ചു കയറുമെന്ന് സോവിയറ്റ് യൂണിയന്റെ അനുഭവം കാണിച്ചു തരുന്നു.

വർഗ്ഗവൈരുദ്ധ്യം മൂർച്ഛിക്കുന്നു

മുതലാളിത്തത്തിലെ വർഗ്ഗവൈരുദ്ധ്യം ഒന്നിനൊന്ന് മൂർച്ഛിക്കുകയാണ്. സ്വത്തിന്റെയും വരുമാനത്തിന്റെയും കേന്ദ്രീകരണവും കുത്തകകളുടെ വളർച്ചയും ശക്തിപ്പെടുകയാണ്. മാർക്സ് ചൂണ്ടിക്കാണിച്ചതുപോലെ ഉല്പാദനത്തിന്റെ സാമൂഹ്യാടിത്തറ കൂടുതൽ വിപുലമായിരിക്കുന്നു, ചിലപ്പോൾ രാജ്യാതിർത്തികളും കടന്ന്. ഉല്പാദനത്തിന്റെ സ്വായത്തമാക്കൽ വർദ്ധിച്ച അളവിൽ സ്വകാര്യമായി തുടരുന്നു. സ്വകാര്യവല്ക്കരണനയം, മേല്പറഞ്ഞ സ്വായത്തമാക്കലിനെ ഏറെ ശക്തമാക്കി. വർഗ്ഗവൈരുദ്ധ്യം കൂടുതൽ മൂർച്ഛിക്കുകയും വർഗസമരത്തിന്റെ ആവശ്യകത കൂടുതൽ മൂർത്തമാവുകയും ചെയ്തിരിക്കുന്നു.

ആരാണ് തൊഴിലാളി?

ആധുനിക ഉല്പാദനത്തിൽ ഉല്പാദനക്ഷമങ്ങളായ സാങ്കേതിക വിദ്യകളാണ് ഉപയോഗിക്കുന്നത്. ഈ സാങ്കേതിക വിദ്യകൾ നിരന്തരം വികസിക്കുകയാണ്. കായികാദ്ധ്വാനം കൊണ്ട് നിർവ്വഹിച്ചിരുന്ന ജോലികൾ യന്ത്രങ്ങൾ നിർവ്വഹിക്കുന്നു. യന്ത്രങ്ങൾ ഉണ്ടാക്കുന്നതിനും, പ്രവർത്തിപ്പിക്കുന്നതിനും സാങ്കേതിക പരിജ്ഞാനം ആവശ്യമാണ്. വിദ്യാഭ്യാസവും സാങ്കേതിക ജ്ഞാനവുമുള്ള തൊഴിലാളികളുടെ എണ്ണം വർദ്ധിച്ചുവരുകയാണ്. ഈ വസ്തുത ചൂണ്ടിക്കാട്ടി തൊഴിലാളികളുടെ എണ്ണം കുറഞ്ഞ് വരുകയാണെന്ന് ബൂർഷ്വാ പണ്ഡിതർ അഭിപ്രായപ്പെടുന്നു. മറ്റ് വിഭാഗങ്ങളുടെ എണ്ണം കുറഞ്ഞുവരുമെന്നും തൊഴിലാളി വർഗ്ഗം ഉയർന്നു വരുമെന്നുമുള്ള മാർക്സിയൻ സമീപനത്തിന് എതിരായാണ് സംഗതികളെന്നു അവർ പറയുന്നു.

കായികാദ്ധ്വാനത്തിൽ ഏർപ്പെട്ടവർ മാത്രമാണ് തൊഴിലാളികൾ എന്ന തെറ്റിദ്ധാരണയാണ് ഈ വാദത്തിനു അടിസ്ഥാനം. മാർക്സും എംഗൽസും ലെനിനും അത്തരമൊരു നിർവ്വചനം തൊഴിലാളികൾക്ക് നല്കിയിട്ടില്ല. എങ്കിൽ പിന്നെ ആരാണ് തൊഴിലാളി? സ്വന്തം ഉല്പാദനോപാധികൾ നിഷേധിക്കപ്പെട്ടവരും, അദ്ധ്വാനശക്തി വിറ്റു കൊണ്ട് മാത്രം ഉപജീവനം നടത്തുന്നവരും ഉല്പാദനപ്രക്രിയയ്ക്കിടയിൽ മൂലധനത്താൽ നേരിട്ടു ചൂഷണം ചെയ്യപ്പെടുന്നവരുമായ കൂലിവേലിക്കാരാണ് തൊഴിലാളികൾ. ഏറ്റവും ശാസ്ത്രീയമായ നിർവ്വചനമാണിത്. ടെക്നോപാർക്കിലെ കംപ്യൂട്ടർ എഞ്ചിനീയർ തൊഴിലാളിയെന്നു വിളിക്കപ്പെടാൻ താല്പര്യപ്പെടില്ലായിരിക്കും. പക്ഷേ, അയാൾ ഉല്പാദനോപാധികളുടെ, ഉടമയല്ല. അദ്ധ്വാനശക്തി വില്ക്കുന്നുണ്ട്. ചൂഷണം ചെയ്യപ്പെടുന്നുമുണ്ട്. കമ്പ്യൂട്ടർ എഞ്ചിനീയർ തൊഴിലാളിയാണ്. ടെലിവിഷൻ ചാനലിൽ സംഗീതപരിപാടി അവതരിപ്പിക്കുന്നയാൾ തൊഴിലാളിയാണ്. സൂപ്പർ സ്പെഷ്യാലിറ്റി ആശുപത്രിയിലെ വിദഗ്ദ്ധ ഡോക്ടറും തൊഴിലാളിയാണ്. ആശുപത്രി കെട്ടിടമോ സൗകര്യങ്ങളോ ശസ്ത്രക്രിയാ ഉപകരണങ്ങളോ വിദഗ്ദ്ധ ഡോക്ടറുടെ സ്വന്തമല്ല. സ്വന്തം അദ്ധ്വാന ശക്തി നിശ്ചിത മണിക്കൂറുകൾക്ക് വില്ക്കുകയാണയാൾ. വി എസ് എസ് സിയിലെ ശാസ്ത്രജ്ഞനും തൊഴിലാളി തന്നെ. വാസ്തവത്തിൽ മുതലാളിത്തവ്യവസ്ഥയിൽ തൊഴിലാളികളുടെ എണ്ണം പെരുകുകയാണ്.

ബുദ്ധിജീവി വിഭാഗത്തെ സംബന്ധിച്ച് മാർക്സിന് വ്യക്തമായ കാഴ്ചപ്പാടുണ്ടായിരുന്നു. മൂലധനം ബുദ്ധിജീവികളെയും കൂലിവേലക്കാരാക്കി മാറ്റുന്നു. *മാനിഫെസ്റ്റോ* ഇങ്ങനെ പറയുന്നു. "ഇന്നുവരെയും ആദരിക്കപ്പെടുകയും ഭയഭക്തികളോടെ വീക്ഷിക്കപ്പെടുകയും ചെയ്തുപോന്ന എല്ലാ തൊഴിലുകളിൽനിന്നും അവയുടെ പ്രഭാമണ്ഡലത്തെ ബൂർഷ്വാസി പിച്ചിച്ചീന്തി. ഭിഷഗ്വരനെയും അഭിഭാഷകനെയും പുരോഹിതനെയും കവിയെയും ശാസ്ത്രജ്ഞനെയുമെല്ലാം അത് സ്വന്തം ശമ്പളം പറ്റുന്ന കൂലിവേലക്കാരാക്കിമാറ്റി."

പണ്ടത്തെ തൊഴിലാളിയല്ല ഇപ്പോഴത്തേത് എന്നാണ് വേറൊരു പ്രചാരണം. തൊഴിലാളി മാറിപ്പോയി. ജീവിത നിലവാരം മെച്ചപ്പെട്ടു. എന്നെല്ലാം വാദിക്കപ്പെടുന്നു. തൊഴിലാളികളുടെ സ്ഥിതി ദയനീയാവസ്ഥയിൽ തുടരുന്നു എന്നതല്ലേ സത്യം? മുതലാളിയും തൊഴിലാളിയും തമ്മിലെ ആപേക്ഷിക സ്ഥിതി കൂടുതൽ വഷളാവുകയാണ് ചെയ്തിട്ടുള്ളത്. മുണ്ടിനു പകരം പാന്റ് ധരിക്കുകയും കപ്പയ്ക്കു പകരം ചോറു കഴിക്കുകയും, ബീഡിക്കു പകരം സിഗരറ്റ് വലിക്കുകയും ചെയ്യുന്നതു ചൂണ്ടിക്കാട്ടി തൊഴിലാളികളുടെ സ്ഥിതി മെച്ചപ്പെട്ടു എന്നു പറയുന്നവർ രണ്ടു കാര്യങ്ങളെക്കുറിച്ചു മൗനം പാലിക്കുന്നു. ഒന്ന്, മുതലാളി കൈവശമാക്കിയ ലാഭവും സ്വരുക്കൂട്ടിയ മൂലധനവും കൈയടക്കിയ സുഖഭോഗങ്ങളും എത്രയോ ഇരട്ടിയായി ഉയർന്നു! രണ്ട്, സമൂഹത്തിലെ ഇതര

വിഭാഗങ്ങൾ കൈവരിച്ച നേട്ടങ്ങൾ എത്രയോ വലുതാണ്! മറ്റൊരു വസ്തുതയും സൗകര്യപൂർവ്വം മറക്കപ്പെടുന്നു. തൊഴിലാളികൾ ഒന്നടങ്കം അകപ്പെട്ട കടബാദ്ധ്യതകൾ. ഒരു കരിനിഴൽ പോലെ ഇതവരെ പിന്തുടരുന്നു. നൂറു രൂപ അധിക വരുമാനം മുതലാളിക്കു ലഭിക്കുമ്പോൾ അതിൽ നിന്നും പത്തുരൂപ തൊഴിലാളിയുമായി പങ്കുവച്ച് കൃത്രിമമായ സമ്പന്നതാബോധം ഉണ്ടാക്കുകയും ദേശീയ വരുമാനത്തിൽ പങ്കാളിയാണെന്ന് വരുത്തിത്തീർക്കുകയുമാണ് ചെയ്യുന്നത്.

കമ്യൂണിസ്റ്റ് മാനിഫെസ്റ്റോ അവസാനിക്കുന്നത് ഇങ്ങനെയാണ്: "കമ്യൂണിസ്റ്റ് വിപ്ലവത്തിൽ ചൂഷകവർഗ്ഗം കിടിലം കൊള്ളട്ടെ. തൊഴിലാളി വർഗ്ഗത്തിന് നഷ്ടപ്പെടാൻ കാൽച്ചങ്ങലകളല്ലാതെ മറ്റൊന്നുമില്ല. നേടാനുള്ളത് വലിയൊരു ലോകവും. സർവ്വരാജ്യതൊഴിലാളികളെ സംഘടിക്കുവിൻ". ആധുനിക തൊഴിലാളിക്കു നഷ്ടപ്പെടാൻ ചിലതൊക്കെയുണ്ടോ? നഷ്ടപ്പെടാൻ ചിലതൊക്കെയുണ്ടെന്നാണ് ബൂർഷ്വാ പണ്ഡിതരുടെ വാദം. മാർക്സിന്റെ കാലത്തുതന്നെ ചില പണ്ഡിതന്മാർ ഇക്കാര്യം ഉന്നയിച്ചിരുന്നു. ഇപ്പോൾ വാദത്തിന് ശക്തി കൂടിയിരിക്കുന്നു. ചില തെളിവുകളും നിരത്തുന്നുണ്ട്. തൊഴിലാളികളുടെ കൂലി പണ്ടത്തെക്കാൾ ഉയർന്നിട്ടുണ്ട്, ജീവിതസൗകര്യങ്ങളും വർദ്ധിച്ചിട്ടുണ്ട് എന്നതാണ് മുഖ്യവാദം. വിലക്കയറ്റവും അദ്ധ്വാനതീവ്രതയും, മുതലാളികളുടെ ലാഭ വർദ്ധനവും പരിഗണിക്കാതെ തൊഴിലാളികളുടെ കൂലിയിലുണ്ടായ പണപരമായ വർദ്ധന ചൂണ്ടിക്കാണിക്കുകയാണ് ഈ പണ്ഡിതർ ചെയ്യുന്നത്. മാത്രവുമല്ല, മാർക്സ് ചൂണ്ടിക്കാണിച്ചതുപോലെ, അതതു കാലത്ത്, കൂലി എന്നത് കേവലം ശാരീരികമായ ആവശ്യങ്ങളാൽ മാത്രം നിർണ്ണയിക്കപ്പെടുന്ന ഒന്നല്ല. ഒരാളുടെ ഉപജീവന നിലവാരം എന്നാൽ എന്താണ്? ശാരീരികമായ നിലനില്പ് എന്ന് മാത്രമാണോ അർത്ഥം? അല്ല. ജീവൻ നിലനിർത്താനാവശ്യമായ ഭക്ഷണത്തോടൊപ്പം അതതു കാലത്തെ സാമൂഹ്യമായ ജീവിതത്തിനാവശ്യമായ ഘടകങ്ങൾകൂടി പരിഗണിക്കേണ്ടതുണ്ട്. ചരിത്രപരമായ ഈ ഘടകം തീർച്ചയായും പ്രധാനമാണ്. മുട്ടിറങ്ങാത്ത മുണ്ടുടുത്താണ് ഒരിക്കൽ തൊഴിലാളി ജോലിക്കു പോയിരുന്നത് എന്നു കരുതി ആധുനിക യുഗത്തിലും അതേ മാനദണ്ഡമാകാമോ? കഞ്ഞിയും പുഴുക്കും അകത്താക്കി തൊഴിലിനെത്തിയിരുന്ന അതേ സ്ഥിതി ഇന്നു നിലനിർത്താനാകുമോ? തൊഴിലാളിയുടെ ജീവിത നിലവാരത്തിലുണ്ടാകുന്ന ഈവക മാറ്റങ്ങളെ കൂടി കണക്കിലെടുക്കാതിരിക്കുന്നതെങ്ങനെ? വാസ്തവത്തിൽ ആധുനിക തൊഴിലാളി സ്കൂട്ടർയാത്ര ചെയ്യുന്നതും അലക്കിത്തേച്ച ഷർട്ടുപയോഗിക്കുന്നതും കോൺക്രീറ്റു കെട്ടിടത്തിൽ താമസിക്കുന്നതും കൂലി വർദ്ധനയായി കാണാൻ പാടില്ല. അവയെല്ലാം "അദ്ധ്വാനശക്തിയുടെ മൂല്യത്തിലെ (കൂലിയുടെ) ചരിത്രപരമായ അഥവാ സാമൂഹ്യമായ ഘടകങ്ങളാണ്."

രണ്ടു അവശ്യഘടകങ്ങൾ കൂടി പ്രസക്തങ്ങളായുണ്ട്. തൊഴിലാളി

അയാളുടെ ഭാര്യയെയും മക്കളെയും പോറ്റി വളർത്തണം. തൊഴിലാളിയുടെ മരണശേഷം അയാൾക്കു പകരം നില്ക്കാൻ തൊഴിലാളി വേണം. അഥവാ തൊഴിലാളി വംശം നിലനിർത്തണം. അതേപോലെ അദ്ധ്വാന ശക്തിയെ വികസിപ്പിക്കുന്നതിനും വൈദഗ്ദ്ധ്യം നേടുന്നതിനും ആവശ്യമായ വിദ്യാഭ്യാസവും പരിശീലനവും ലഭിക്കണം. തൊഴിലാളിക്കു സ്വയം വൈദഗ്ദ്ധ്യം ആർജ്ജിക്കാനുള്ള പരിശീലനമുണ്ടാകണം. അടുത്ത തലമുറയ്ക്ക് മെച്ചപ്പെട്ട സാങ്കേതിക പരിജ്ഞാനം നല്കാനും തൊഴിലാളിക്കു കഴിയണം. അദ്ധ്വാനശക്തിയെ ഉല്പാദിപ്പിക്കുന്നതിനും വികസിപ്പിക്കുന്നതിനും നിലനിർത്തുന്നതിനും വേണ്ടി വരുന്ന അവശ്യ സാധനങ്ങളുടെ മൂല്യമാണ് അദ്ധ്വാനശക്തിയുടെ മൂല്യത്തെ നിർണ്ണയിക്കുന്നത്. ഈ നിർവ്വചന പ്രകാരം തൊഴിലാളികൾ കരസ്ഥമാക്കുന്ന കൂലി വർദ്ധന മെച്ചപ്പെട്ട സാമ്പത്തിക സ്ഥിതിയുടെ പ്രതീകമായി കണക്കാക്കാൻ പാടില്ല. മാത്രമല്ല എല്ലാ വിഭാഗം തൊഴിലാളികൾക്കും മെച്ചപ്പെട്ട കൂലി ലഭിക്കുന്നില്ല. തൊഴിൽ ഉള്ളിടത്തോളം മാത്രമേ കൂലിയുള്ളൂ എന്ന സ്ഥിതിയുണ്ട് എന്നോർക്കണം.

തൊഴിലാളികൾ ദരിദ്രരായതുകൊണ്ടല്ല മുതലാളിത്തം തകരണമെന്ന് അവർ ആഗ്രഹിക്കുന്നത്. കടുത്ത ദാരിദ്ര്യത്തിൽ കഴിയുന്നയാൾ വിപ്ലവകാരിയും ദാരിദ്ര്യമില്ലാത്തയാൾ വിപ്ലവവിരോധിയുമാകണമെന്നില്ല. ദാരിദ്ര്യം ഇല്ലാതാകുന്നതോടെ തൊഴിലാളിയും മുതലാളിയും തമ്മിലുള്ള അടിസ്ഥാന വൈരുദ്ധ്യം പരിഹൃതമാകുന്നില്ല. മുതലാളികൾ ഉല്പാദനോപാധികളുടെ ഉടമകളും തൊഴിലാളികൾ അദ്ധ്വാന ശക്തി വിറ്റ് ഉപജീവനം കഴിക്കുന്നവരും എന്നതാണ് അടിസ്ഥാന വൈരുദ്ധ്യം. ഈ വൈരുദ്ധ്യത്തിന് അടിസ്ഥാനം സ്വകാര്യസ്വത്തുടമസ്ഥതയാണ്. തൊഴിലാളികളുടെ സാമൂഹ്യപദവിക്കും മുതലാളികളുടെ സാമൂഹ്യപദവിക്കും മാറ്റമില്ല. മാർക്സ് ചൂണ്ടിക്കാണിച്ചതുപോലെ "ഒരു കാര്യം വ്യക്തമാണ്. പ്രകൃതി കുറെപേരെ പണത്തിനും ചരക്കുകൾക്കും ഉടമകളായും കുറെ പേരെ അദ്ധ്വാനശക്തിയല്ലാതെ മറ്റൊന്നും കൈവശമില്ലാത്തവരുമായി സൃഷ്ടിക്കുന്നില്ല". എല്ലാവർക്കും അവകാശം സമമാണെന്നർത്ഥം. ഈ തുല്യതയാണ് മുതലാളിത്ത വ്യവസ്ഥ അപഹരിക്കുന്നത്. കൂലി വർദ്ധനയോ മറ്റു സൗകര്യങ്ങളോ ലഭിക്കുമ്പോഴും, തൊഴിലാളി കൂലിഅടിമയാണ്. കൂലിവേല അവസാനിപ്പിക്കുകയാണ് തൊഴിലാളി വർഗ്ഗത്തിന്റെ ലക്ഷ്യം. വിപ്ലവത്തിന്റെ അന്തഃസത്ത. തൊഴിലാളികളുടെ സാമൂഹ്യനില ഇന്ന് വളരെ പരിതാപകരമാണ്. ഭൗതികനില അല്പം മെച്ചപ്പെട്ടിട്ടുണ്ടാകാം. മാർക്സ് ഉപയോഗിച്ച ഉദാഹരണം എടുക്കാം. "ഒരു വീട് എത്ര ചെറുതായിരുന്നാലും ചുറ്റുപാടുമുള്ള വീടുകളും അതുപോലെ ചെറുതായിരിക്കുന്ന കാലത്തോളം അത് ഒരു പാർപ്പിടത്തിന്റേതായ എല്ലാ സാമൂഹ്യാവശ്യങ്ങളേയും തൃപ്തിപ്പെടുത്തുന്നു. പക്ഷേ, ആ ചെറിയ വീടിന്റെ അരികിൽ ഒരു കൊട്ടാരം ഉയർന്നു വന്നാൽ അത് ഒരു ചെറ്റക്കുടിലായി ചുരു

ങ്ങും. നാഗരികതയുടെ പുരോഗതിക്കിടയിൽ ആ വീട് എത്ര വലുതാക്കപ്പെട്ടാലും അയൽപക്കത്തെ കൊട്ടാരം അതേ തോതിലോ അതിലുമധികമോ വളർന്നാൽ താരതമ്യേന ചെറിയ വീടിന്റെ ഉടമസ്ഥന് അതിന്റെ നാലു ചുമരുകൾക്കുള്ളിൽ കൂടുതൽ ഞെരുക്കവും വീർപ്പുമുട്ടും അനുഭവപ്പെടും".

വൈരുദ്ധ്യാത്മക ഭൗതികവാദം ഒരു ശാസ്ത്രമെന്ന നിലയ്ക്ക് കുറ്റമറ്റതാണ്. അതിന്റെ പ്രസക്തി ചോദ്യം ചെയ്യാനാകാത്തതുമാണ്. പല സിദ്ധാന്തങ്ങളും അല്പായുസായി അസ്തമിച്ചപ്പോഴും മാർക്സിസം കാലത്തെ അതിജീവിച്ച് നിലനില്ക്കുന്നു. സാമൂഹ്യ ജീവിതത്തെ സ്വാധീനിക്കുന്ന നിർണ്ണായക ശക്തിയായി തുടരുന്നു.

എല്ലാം മാറ്റത്തിനു വിധേയമെങ്കിൽ മാർക്സിസവും മാറ്റത്തിനു വിധേയമല്ലേ എന്നു ചോദിക്കാറുണ്ട്. വളരെ ശരിയായ ചോദ്യമാണിത്. മാർക്സും എംഗൽസും പറഞ്ഞവ അവസാന വാക്കല്ല. ലോകത്തിന്റെ അതുവരെയുള്ള അനുഭവസമ്പത്തും വിജ്ഞാനങ്ങളും അടിസ്ഥാനമാക്കിയാണ് വൈരുദ്ധ്യാത്മക ഭൗതികവാദം ആവിഷ്കരിച്ചത്. പിന്നീടുണ്ടായ അനുഭവങ്ങളെ അടിസ്ഥാനമാക്കി ലെനിൻ തന്റേതായ സംഭാവനകൾ കൂട്ടിച്ചേർത്തു. അതുവരെ മാർക്സിസമെന്നു വിളിച്ചിരുന്നത് മാർക്സിസം-ലെനിനിസമായി. ഭൗതിക ശാസ്ത്രത്തിന്റെയും മനുഷ്യന്റെ കർമ്മ മണ്ഡലത്തിന്റെയും വ്യാപ്തിയും ഗഹനതയും വർദ്ധിച്ചുകൊണ്ടിരിക്കുകയാണ്. അത്തരം പുതിയ അനുഭവങ്ങളും കണ്ടെത്തലുകളും മാർക്സിസ്റ്റ് ചിന്താപദ്ധതികളിൽ സ്വാധീനം ചെലുത്തിയേക്കാം. അവയുടെ ഫലമായി വൈരുദ്ധ്യാത്മക ഭൗതികവാദവും ചരിത്രപരമായ ഭൗതികവാദവും കൂടുതൽ സമ്പന്നവും കുറേക്കൂടി കുറ്റമറ്റതും ആയി പരിണമിച്ചു കൂടായ്കയില്ല. പക്ഷേ മാർക്സും, എംഗൽസും ഈ സിദ്ധാന്തം ആവിഷ്കരിച്ചതിന് ശേഷമുള്ള ഒന്നരനൂറ്റാണ്ടിലേറെ കാലത്തെ അനുഭവംവച്ച് നോക്കുമ്പോൾ വലിയ കീഴ്മേൽ മറിച്ചിലുകൾക്കോ തിരസ്കാരത്തിനോ സാദ്ധ്യത കാണുന്നില്ലെന്നു വേണം പറയാൻ. എങ്കിലും മാർക്സും എംഗൽസും പഠിപ്പിച്ചതുപോലെ, മാർക്സിസം പോലും നിരന്തരമായ പുനഃപരിശോധനയ്ക്കും പുനഃസമർത്ഥനത്തിനും വിധേയമായിക്കൊണ്ടിരിക്കണം എന്നതാണ് ശാസ്ത്രയുക്തമായ നിലപാട്.

9 788126 201105

Printed by Libri Plureos GmbH in Hamburg,
Germany